Gumising Ka,
Israel

*"Ang araw ay magiging kadiliman,
at ang buwan ay magiging dugo,
bago dumating ang dakila at
kakilakilabot na araw ng PANGINOON.
At mangyayari na ang sinumang tumatawag
sa pangalan ng PANGINOON ay maliligtas,
sapagkat sa bundok ng Zion
at sa Jerusalem ay pupunta ang mga nakatakas, gaya ng sinabi
ng PANGINOON,
at kabilang sa mga naligtas ay yaong
mga tinatawag ng PANGINOON."*

(Joel 2:31-32)

Gumising Ka,
Israel

Dr. Jaerock Lee

Gumising Ka, Israel ni Dr. Jaerock Lee
Inilathala ng Aklat ng mga Urim (Kumakatawan: Johnny H. Kim)
361-66, Shindaebang-Dong, Dongjak-Gu, Seoul, Korea
www.urimbooks.com

Ang lahat ng Karapatan ay nakalaan. Ang aklat na ito o mga bahagi niyaon ay hindi maaaring ipalimbag sa anumang anyo, itago sa ibang mga nakukuhang sistema, o maisalin sa anumang anyo o sa anumang pamamaraan, elektroniks, mekanikal, pagkopya, pagrerecored, o sa makatuwid ng walang paunang sulat pahintulot ng taga-paglathala.

Ang lahat ng talata sa Biblia ay nagmula sa Ang Bagong ang Biblia, © Copyright 2001 Philippine Bible Society, maliban na lang kung mayroong ibang nakasulat.

Karapatang sipi © 2020 ni Dr. Jaerock Lee
ISBN: 979-11-263-0614-5 03230
Naisaling Siping May karapatan © 2012 ni Dr. Esther K. Chung, Ginamit nang may pahintulot.

Naunang Nailathala sa Koreano ng Mga Aklat ng Urim noong 2007

Unang Limbag Marso 2020

Sinuri ni Dr. Geumsun Vin
Dinesenyo ng Kagawarang Editoryal ng Mga aklat ng Urim
Nailimbag ng Palimbagang Kumpanya ng Yewon
Para sa karagdagang impormasyon: urimbook@hotmail.com

Pambungad

Nang magsimula ang ikadalawampung siglo, isang pambihirang serye ng mga pangyayari ang naganap sa isang tigang na lupain ng Filistia kung saan walang gustong manirahan noong panahong iyon. Nagsimulang bumalik at magsama-sama ang mga Judio na nagkalat sa buong lupain ng Silangang Europa, Rusya, at sa iba pang bahagi ng mundo sa isang lupaing punong-puno ng mga tinik, kadukhaan, gutom, karamdaman, at pagdurusa. Kahit marami ang nangamatay dahil sa malaria at gutom, nanatili ang matibay na pananampalataya at ambisyon ng mga Judio at sa halip ay nagsimulang magtayo ng kibbutz (isang lugar ng paghahanapbuhay, katulad ng mga sakahan o bukid at pabrika, kung saan ang mga manggagawa ay magkakasamang naninirahan at naghahati-hati sa lahat ng tungkulin at kita). Katwiran ni Theodor Herzl, ang tagapagtatag ng modernong Zionism, "Kung kalooban mo ito, hindi ito panaginip," ang pagpapanumbalik ng Israel ay nagkatotoo.

Sa katunayan, ang pagpapanumbalik ng Israel ay itinuring na isang imposibleng panaginip at wala ni isa mang gustong maniwala dito. Gayunpaman, tinupad ng mga Judio ang pangarap na iyon at sa pagsilang ng estado ng Israel, mahimala nilang nabawi ang bansa nila sa kauna-unahang pagkakataon sa mahigit-kumulang 1,900 taon.

Sa kabila ng mahabang panahong pag-uusig at paghihirap habang sila ay nagkalat sa mga lupaing hindi nila pag-aari, nanatili ang mga mamamayan ng Israel sa kanilang pananampalataya, kultura, at wika, na patuloy pa nilang pinagbubuti. Pagkatapos itatag ang makabagong estado ng Israel, nilinang o sinaka nila ang tigang na lupa at tumuon sa pagbuo ng iba't-ibang uri ng industriya na naging dahilan para mapabilang ang kanilang bayan sa hanay ng maunlad na mga bansa at mga kahanga-hangang mga tao na nagtiis at sumagana sa gitna ng patuloy na mga pagsubok at banta sa kaligtasan ng buhay nila bilang isang bansa.

Pagkatatag ng Manmin Central Church noong 1982, nagpahayag sa akin ang Diyos sa pamamagitan ng inspirasyon ng Banal na Espiritu ng maraming bagay tungkol sa Israel sapagkat ang kalayaan ng bansang ito ay tanda ng mga huling araw at katuparan ng propesiya sa Biblia.

Inyong pakinggan ang salita ng PANGINOON, O mga bansa, at inyong ipahayag sa mga pulo sa malayo; inyong sabihin, "Ang nagpakalat sa Israel, Siyang magtitipon sa kanya, at iingatan siya gaya ng pag-iingat ng pastol sa kanyang kawan" (Jeremias 31:10).

Pinili ng Diyos ang mga mamamayan ng Israel upang ipahayag ang kalooban Niya sa paglikha at pangangalaga sa tao. Una sa lahat, nilikha ng Diyos si Abraham, ang 'ama ng pananampalataya,' at itinatag si Jacob, na apo ni Abraham, bilang ama ng Israel, at patuloy na ipinapahayag ng Diyos ang kalooban Niya sa mga kaapu-apuhan ni Jacob at tinutupad ang kalooban Niya sa pangangalaga ng sangkatauhan.

Noong naniwala ang Israel sa salita ng Diyos at lumakad at sumunod sa kalooban Niya, tinamasa nila ang mas dakilang kaluwalhatian at karangalan kaysa sa lahat ng ibang mga bansa. Gayun pa man, nang sila ay lumayo sa Diyos at sumuway sa Kanya, ang Israel ay dumanas ng iba't ibang uri ng pighati, kabilang ang pagsakop ng mga dayuhan at ang mga mamamayan ng Israel ay napilitang maging mga palaboy sa lahat ng sulok ng mundo.

Magkagayun man, kahit humarap sa mga pagdurusa ang mga mamamayan ng Israel dahil sa mga kasalanan nila, hindi sila kailanman pinabayaan o kinalimutan ng Diyos. Ang Israel ay laging nasa pangangalaga ng Diyos dahil sa pangako Niya kay Abraham at hindi Siya humihinto sa pagkilos para sa kanila.

Sa ilalim ng hindi pangkaraniwang pagkalinga at paggabay ng Diyos, ang mga mamamayan ng Israel ay pinangangalagaan at malaya. Ito ay muling nangibabaw sa ibang mga bansa. Papaano pinapangalagaan ang mga mamamayan ng Israel at bakit muling ibinangon ang Israel?

Maraming nagsasabi, "Ang pananatili ng mga Judio ay isang himala." Dahil mahirap isipin at ilarawan ang bigat ng mga pagmamalupit at pang-aapi na pinagtiisan nila sa panahon ng Diaspora, ang kasaysayan ng Israel ang tanging makakapagpatunay na ang Biblia ay totoo.

Ngunit, may magaganap na mas matindi pang pagdurusa at dalamhati kaysa sa dinanas ng mga Judio kasunod ng Pangalawang Pagdating ni Jesu-Cristo. Mangyari pa, ang mga taong tumanggap kay Jesus bilang Tagapagligtas nila ay aagawin sa himpapawid at magiging bahagi sa Piging ng Kasalan ng Panginoon. Ang mga hindi tumanggap kay Jesus bilang Tagapagligtas nila, ay hindi maaagaw sa kalangitan sa oras ng pagbabalik Niya at daranasin ang pitong taong Malaking Kapighatian.

"Sapagkat narito, ang araw ay dumarating na gaya ng nagniningas na pugon, na ang lahat ng palalo at lahat ng gumagawa ng masama ay magiging parang ipa, at ang araw na dumarating ang susunog sa kanila, sabi ng PANGINOON ng mga hukbo, anupa't hindi mag-iiwan sa kanila ng ugat ni sanga man" (Malakias 4:1).

    Detalyadong ipinahayag sa akin ng Diyos ang mga kalamidad na magaganap sa loob ng Pitong Taong Malaking Kapighatian. Ito ang dahilan ng maalab kong hangarin para sa mga mamamayan ng Israel, ang mga hinirang ng Diyos, na tanggapin na ngayon bilang Tagapagligtas nila si Jesus na noo'y naglakbay sa mundo dalawang libong taon na ang nakakaraan, upang walang sinuman sa kanila ang maiwan at magdusa sa Malaking Kapighatian.

    Sa pagpapala ng Diyos, isinulat at inihahandog ko ang isang libro na papawi sa napakatagal na panahong pagkauhaw ng mga Judio para sa isang Mesyas at magkakaloob ng mga kasagutan sa matagal na panahong mga katanungan na palaging sinasambit.

Nawa'y isapuso ng bawat isang magbabasa ng librong ito ang dakilang mensahe ng pag-ibig ng Diyos at makilala ang Mesyas na ibinigay ng Diyos para sa sangkatauhan!

Minamahal ko ang bawat isa sa inyo ng buong puso ko.

Nobyembre, 2007
Sa Bahay Panalanginan ng Getsemani

Jaerock Lee

Paunang Salita

Nagpapasalamat at niluluwalhati ko ang Diyos sa patnubay at pagpapala Niya sa amin sa paglathala ng Gumising Ka, Israel! sa mga huling araw. Ang librong ito ay inilathala ayon sa kalooban ng Diyos na naghahangad na gisingin at iligtas ang Israel. Ito ay binuo sa pamamagitan ng hindi masukat na pag-ibig ng Diyos na nagnanais na huwag mapahamak ang kahit isang kaluluwa.

Ang unang kabanatang, "Israel: Ang Pinili ng Diyos," ay sisiyasat sa mga dahilan ng paglikha at pangangalaga ng Diyos sa sangkatauhan sa mundo at ang kalooban Niya kung bakit Niya hinirang at pinamunuan ang mga mamamayan ng Israel bilang mga pinili sa kasaysayan ng sangkatauhan. Ipapakilala din ng kabanatang ito ang mga dakilang ninuno ng Israel at ang ating Panginoon, na dumating sa mundong ito ayon sa mga propesiya tungkol sa pagdating ng Tagapagligtas ng lahat ng tao mula sa lipi ni David.

Sa pamamagitan ng pagsusuri sa propesiya sa Biblia tungkol sa Mesyas, papatunayan ng ikalawang kabanatang "Ang Mesyas na Isinugo ng Diyos," na si Jesus ang Mesyas. Masigasig pa ring naghihintay ang Israel sa pagdating Niya hanggang ngayon. Mapapatunayan din batay sa batas tungkol sa pagtubos ng lupain, na si Jesus ang may katangian bilang Tagapagligtas ng sangkatauhan. Bukod dito, sisiyasatin ng ikalawang kabanata kung paano naisakatuparan sa pamamagitan ni Jesus ang mga propesiya sa Lumang Tipan tungkol sa Mesyas at ang kaugnayan ng kasaysayan ng Israel sa kamatayan ni Jesus.

Sasaliksikin sa ikatlong kabanata, "Ang Diyos na Pinaniniwalaan ng Israel," ang tungkol sa mga mamamayan ng Israel na mahigpit na sumusunod sa mga batas at mga tradisyon, at ipapaliwanag sa kanila kung ano ang makakalugod sa Diyos. Ipapaalala sa kanila na napalayo sila sa kalooban ng Diyos dahil sa mga nilikhang tradisyon ng mga matatanda. Ang kabanatang ito ay manghihikayat sa kanila na unawaing mabuti ang tunay na kalooban ng Diyos kung bakit ibinigay sa kanila ang batas at ang pagtupad nito sa pamamagitan ng pag-ibig.

Ang pinakahuling kabanatang "Magmasid at Makinig!" ay tatalakay sa panahon natin ngayon, na naipropesiya sa Biblia na "ang katapusan ng panahon," pati na rin ang nalalapit na paglabas ng anti-Cristo at ang pangkalahatang pagsasalarawan ng Pitong

Taong Malaking Kapighatian. Bukod dito, papatunayan ang dalawang lihim ng Diyos, na inihanda Niya dahil sa walang hanggang pag-ibig Niya sa mga mamamayan ng Israel nang sa ganoon ay maligtas sila sa huling sandali ng pangangalaga ng sangkatauhan. Nagsusumamo ang huling kabanata sa bayan ng Israel na huwag talikuran ang huling pagkakataon ng kaligtasan.

Nang magkasala ang unang nilalang na si Adan dahil sa pagsuway at siya ay itinaboy mula sa Halamanan ng Eden, pinatira siya ng Diyos sa lupain ng Israel. Magmula noon, sa kasaysayan ng pangangalaga ng sangkatauhan, ang Diyos ay naghintay ng napakahabang panahon at naghihintay pa rin magpahanggang ngayon at umaasang magkakaroon ng tunay na mga anak.

Wala nang oras para magpaliban at magbalewala. Nawa'y makita ng bawat isa sa inyo na ang panahon natin ngayon ay tunay na mga huling araw na at sana'y maging handa upang tanggapin ang ating Panginoon sa pagbabalik Niya bilang Hari ng mga hari at Panginoon ng mga panginoon. Marubdob kong ipinapanalangin ito, sa Kanyang pangalan.

Nobyembre, 2007
Geum-sun Vin,
Punong Patnugot

Talaan ng Nilalaman

Pambungad
Paunang Salita

Kabanata 1
Israel: Ang Pinili ng Diyos

Simula ng Pangangalaga ng Sangkatauhan _ 3
Mga Dakilang Ninuno _ 21
Mga Taong Nagpatotoo kay Jesu-Cristo _ 43

Kabanata 2
Ang Mesyas na Isinugo ng Diyos

Ipinangako ng Diyos ang Mesyas _ 65
Mga Katangian ng Mesyas _ 73
Tinutupad ni Jesus ang mga Propesiya _ 90
Kamatayan ni Jesus at mga Propesiya Tungkol sa Israel _ 100

Kabanata 3
Ang Diyos na Pinaniniwalaan ng Israel

Ang Batas at ang Tradisyon _ 111
Ang Tunay na Dahilan ng Diyos sa Pagbibigay ng Batas _ 123

Kabanata 4
Magmasid at Makinig!

Patungo sa Katapusan ng Mundo _ 147
Sampung Mga Daliri _ 167
Pag-ibig ng Diyos na Hindi Magmamaliw _ 181

"Tala ni David" – Sagisag ng mga Judio, bandila ng Israel

Kabanata 1

Israel: Ang Pinili ng Diyos

Simula ng Pangangalaga ng Sangkatauhan

Si Moises ay isang dakilang lider ng Israel na nagpalaya sa kanila mula sa pagkakabihag sa Ehipto. Siya ang namuno at gumabay sa kanila patungo sa Lupang Pangako sa Canaan at nagsilbi bilang kahalili ng Diyos. Sinimulan niya ang unang aklat niya na karaniwang tinatawag na Aklat ng Genesis na sinasabi ang sumusunod:

> *Nang pasimula, nilikha ng Diyos ang langit at ang lupa* (1:1).

Nilalang ng Diyos na Manlilikha ang sansinukob at ang lahat ng bagay na narito sa lupa sa loob ng anim na araw, at nagpahinga, binasbasan, at pinabanal ang ikapitong araw. Bakit Niya ginawa ito? Bakit Niya nilikha ang tao at pinahintulutang manirahan dito sa mundo katulad ni Adan?

Gusto ng Diyos na may magmahal din sa Kanya nang walang hanggan

Bago pa likhain ang langit at ang lupa, mayroon nang makapangyarihang Diyos sa walang hanggang sansinukob bilang liwanag na may tunog. Pagkatapos ng mahabang panahon ng pag-iisa, naghangad ang Diyos na magkaroon ng magmamahal sa Kanya nang walang hanggan.

Hindi lang Siya ang Diyos na Manlilikha kundi mayroon din Siyang katangian ng tao kaya nakakaramdam Siya ng kagalakan, galit, kalungkutan, at kasiyahan. Ito ang dahilan kung bakit hinangad Niya na magbigay at tumanggap ng pag-ibig sa iba. Maraming mababasa sa Biblia tungkol sa likas na tao ng Diyos. Siya ay nalugod at nasiyahan sa mga matuwid na gawain ng mga Israelita (Deuteronomio 10:15; Kawikaan 16:7), ngunit nalumbay at nagalit sa kanila nang magkasala sila (Exodo 32:10; Mga Bilang 11:1, 32:13).

May mga pagkakataon na gustong mag-isa o magsarili ng isang tao ngunit siya ay magiging higit na masaya kung mayroon siyang kaibigan na mamahalin. Dahil may katangian ng tao ang Diyos hinangad Niyang magkaroon ng mamahalin at mga pusong uunawain para mayroon ding magmamahal at uunawa sa Kanya.

'Hindi nga ba masaya at makabagbag-puso ang magkaroon ng mga anak na uunawa sa puso Ko at iibigin Ko at magmamahal din sa Akin dito sa malawak ngunit malalim na kaharian?'

Samakatwid, sa panahong pinili Niya, nagplano ang Diyos na magkaroon ng mga tunay na anak na tutulad sa Kanya. Kaya, nilikha ng Diyos hindi lang ang espirituwal na kaharian kundi pati ang pisikal na kaharian kung saan maninirahan ang sangkatauhan.

Marahil iniisip ng iba, 'Maraming mga hukbo at mga anghel

sa langit na masunurin. Bakit lumikha pa ng tao ang Diyos?' Gayun pa man, maliban sa iilang mga anghel, karamihan sa mga makalangit na nilalang ay walang katangian ng tao na siyang pinakamahalaga sa lahat ng mga sangkap na kinakailangan sa pagbibigay at pagtanggap ng pag-ibig: ang 'free will' o malayang kalooban na ang ibig sabihin ay maaring pumili kung ano ang gusto nila. Ang mga nilalang sa langit ay parang mga robot; sila ay masunurin sa mga utos ngunit walang nararamdamang kagalakan, galit, kalungkutan, o kasiyahan, hindi sila makakapagbigay at makakatanggap ng pag-ibig na magmumula sa kaibuturan ng puso nila.

Ipagpalagay nating may dalawang anak at ang isa sa kanila ay hindi man lang nagpapahayag ng mga emosyon niya, mga opinyon, o kaya ng pagmamahal, subalit masunurin at ginagawang mabuti kung ano ang ipinapagawa sa kanya. Ang isang anak naman, kahit binibigo ang mga magulang niya kung minsan dahil sa malayang kalooban niya, ay kaagad nagsisisi sa mga ginawang kamalian, nananatili sa piling ng mga magulang niya dahil sa pag-ibig, at ipinapahayag ang nasa puso niya sa iba't-ibang paraan.

Sino ang pipiliin ninyo sa dalawang ito? Malamang, ang pangalawa. Kahit may robot kayo na gagawa ng lahat ng mga trabaho para sa inyo, wala ni isa sa inyo ang pipili sa robot kaysa sa anak ninyo. Sa ganitong dahilan, pinili ng Diyos ang tao, na may mga opinyon at emosyon, na maligayang susunod sa Kanya, kaysa piliin ang mga tila robot na hukbo at mga anghel sa langit.

Kalooban ng Diyos na Magkaroon ng Tunay na Mga Anak

Pagkatapos likhain ang unang nilalang na si Adan, nilikha ng Diyos ang Halamanan ng Eden at pinahintulutan siya na pamunuan ito. Masagana ang lahat ng bagay sa Halamanan ng Eden at si Adan ang namahala sa lahat ng bagay dito na may malayang kalooban at awtoridad na ipinagkaloob sa kanya ng Diyos. Gayun pa man, may isang bagay na ipinagbawal ang Diyos sa kanya.

"Malaya kang makakakain mula sa lahat ng punungkahoy sa halamanan, subalit mula sa punungkahoy ng pagkakilala ng mabuti at masama ay huwag kang kakain; sapagka't sa araw na ikaw ay kumain niyon ay tiyak na mamamatay ka" (Genesis 2:16-17).

Ganito ang pamamaraan na itinatag ng Diyos sa pagitan Niya, ang Diyos na Manlilikha at ng nilikhang sangkatauhan, at nais Niyang sumunod si Adan sa Kanya dahil kalooban niyang sumunod mula sa kaibuturan ng puso niya. Gayun pa man, pagkalipas ng mahabang panahon, nakalimutan na ni Adan ang sinabi ng Diyos dahil sumuway siya sa pamamagitan ng pagkain mula sa punungkahoy ng pagkakilala ng mabuti at masama.

May isang tagpo sa ikatlong kabanata ng Genesis kung saan tinanong si Eva ng ahas, na ginamit ni Satanas, "Sinasabi ba ng Diyos, 'Huwag ninyong kakainin ang mula sa alinmang punungkahoy sa halamanan?'" (t. 1) Sumagot si Eva, "Sinabi ng Diyos, 'Huwag ninyong kakainin [ang bunga ng punungkahoy sa gitna ng halamanan]; huwag din ninyo itong hipuin, kundi kayo'y mamamatay'" (t. 2).

Malinaw na sinabi ng Diyos kay Eva, "Huwag ninyong kakainin ang bunga ng punungkahoy na nasa gitna ng halamanan; sapagkat sa araw na ikaw ay kumain niyon ay tiyak na mamamatay ka," subalit pinalitan niya ang utos ng Diyos at sinabing, "Ikaw ay mamamatay."

Nang makita ng ahas na hindi isinapuso ni Eva ang utos ng Diyos, mas lalong naging agresibo ang ahas sa panunukso niya. "Tiyak na hindi kayo mamamatay!" sinabi nito kay Eva. Dagdag pa nito, "Sapagkat nalalaman ng Diyos na kapag kayo'y kumain noon ay mabubuksan ang inyong mga mata, at kayo'y magiging kagaya ng Diyos, na nakakakilala ng mabuti at masama" (t. 5).

Nang lagyan ni Satanas ng kasakiman ang isipan ng babae, nagbago ang tingin niya sa punungkahoy ng pagkakilala ng mabuti at masama. Mukhang masarap itong kainin at nakakatuwang tingnan, magiging matalino pa siya. Kinain ni Eva ang bunga at binigyan ang asawa niya, at kumain din siya.

Ganito ang ginawang pagsuway ni Adan at Eva sa salita ng Diyos at tiyak na ang kamatayan nila (Genesis 2:17).

Dito, ang "kamatayan" ay hindi tumutukoy sa pisikal na kamatayan na tumitigil ang paghinga ng tao kundi ito ay ang espirituwal na kamatayan. Pagkatapos kumain mula sa punungkahoy ng pagkakilala ng mabuti at masama, si Adan ay nagkaroon ng mga anak at namatay sa edad na 930 (Genesis 5:2-5). Sa pamamagitan lang nito, malalaman na natin na ang "kamatayang" tinutukoy dito ay hindi pisikal na kamatayan.

Ang tao ay orihinal na nilikha na may espiritu, kaluluwa at katawan. Mayroon siyang espiritu kaya maaari siyang makipag-usap sa Diyos; kaluluwa na nasa ilalim ng pamumuno ng espiritu; at katawan na nagsisilbing panangga ng espiritu at ng kaluluwa. Sa kadahilanang pagsuway o pagtalikod nila sa utos ng Diyos at paggawa ng kasalanan, namatay ang espiritu at napatid din ang pakikipag-ugnayan nila sa Diyos. Ito ang "kamatayan" na tinutukoy ng Diyos sa Genesis 2:17.

Nang magkasala na si Adan at Eva, pinalayas sila mula sa maganda at masaganang Halamanan ng Eden. Kaya nagsimula na ang pagdurusa para sa sangkatauhan. Pinatindi lubha ang paghihirap sa paglilihi ng babae, ang pagnanais niya ay para sa asawa niya, at ang lalaki ang mamumuno sa kanya. Ang lalaki naman ay kakain mula sa sinumpang lupa sa pamamagitan ng mabigat na paggawa sa lahat ng mga araw ng kanyang buhay (Genesis 3:16-17).

Sinasabi sa atin sa Genesis 3:23, *"Kaya pinalayas siya ng PANGINOONG Diyos sa Halamanan ng Eden, upang kanyang bungkalin ang lupaing pinagkunan sa kanya."* Dito, ang kahulugan ng "bungkalin ang lupain" ay hindi lang ang mabigat na paggawa ng lalaki para makakain kundi ang katotohanan din na siya – na hinubog mula sa alabok sa lupa – ay "maglilinang din ng puso niya" habang nabubuhay siya dito sa mundo.

Ang Pangangalaga sa Sangkatauhan ay Nagsimula sa Pagkakasala ni Adan

Si Adan ay isang nilalang na may buhay at walang anumang kasamaan sa puso, kaya hindi niya kailangang linisin ang puso niya. Gayun pa man, nang magkasala siya, ang puso ni Adan ay nabahiran ng kasinungalingan at kinailangan na niyang linisin ang puso niya para maging katulad ng dati.

Samakatwid, kailangang linisin ni Adan ang puso niya na sinira ng kasinungalingan at mga kasalanan nang sa ganoon, maging dalisay na puso ito at mapanumbalik ang pagiging tunay na anak niya ng Diyos pagkatapos niyang magkasala. Kapag sinabi sa Biblia, "Pinalayas siya ng Diyos mula sa Halamanan ng Eden, upang bungkalin ang lupaing pinagkunan sa kanya," ang kahulugan at tinutukoy nito ay ang "Pangangalaga ng Diyos ng Sangkatauhan."

Kadalasan, ang "pagbubungkal" ay tumutukoy sa prosesong paghahasik ng mga binhi, pag-aalaga ng mga pananim, at pag-aani ng mga bunga ng isang magsasaka. Upang "pangalagaan" ang sangkatauhan sa lupa at umani ng magagandang bunga na tumutukoy sa "mga tunay na anak ng Diyos," ang Diyos ay naghasik ng unang mga binhi, si Adan at Eva. Sa pamamagitan ni Adan at Eva na sumuway sa Diyos, isinilang ang ang hindi mabilang na mga anak at sa pamamagitan ng pangangalaga ng Diyos sa sangkatauhan, hindi mabilang ang ipinanganak na muli bilang mga anak Niya sa pamamagitan ng pangangalaga sa kanilang mga puso at pagbawi sa nawalang imahe ng Diyos. Samakatwid, ang "Pangangalaga ng Diyos sa Sangkatauhan" ay tumutukoy sa buong proseso ng pamamahala at pamumuno ng Diyos sa kasaysayan ng sangkatauhan, mula sa paglikha hanggang sa Paghuhukom, upang magkaroon Siya ng tunay na mga anak.

Kung paanong nagtatagumpay ang magsasaka sa mga baha, tagtuyot, taglamig, pag-ulan ng yelo, at ang mga peste pagkatapos niyang ihasik ang mga binhi subalit sa bandang huli ay umaani ng mga magaganda at kasiya-siyang mga bunga, namamahala ang Diyos sa lahat ng bagay upang magkaroon ng mga tunay na anak na manunumbalik pagkatapos sumailalim sa kamatayan, karamdaman, paglayo sa Diyos at iba pang mga uri ng mga pagdurusa habang sila ay nabubuhay pa dito sa mundo.

Ang Dahilan ng Diyos Kung Bakit Inilagay Niya ang Punungkahoy ng Pagkakilala ng Mabuti at Masama sa Halamanan ng Eden

May ilang nagtatanong, "Bakit inilagay ng Diyos ang punungkahoy ng pagkakilala ng mabuti at masama sa Halamanan ng Eden na naging dahilan ng pagkakasala at pagkawasak ng tao?" Inilagay ito ng Diyos dahil kalooban Niyang matutuhan ng mga tao ang 'relativity'.

Ipinapalagay ng karamihan na napakasaya ng buhay ni Adan at Eva sa Halamanan ng Eden sapagkat walang pagluha, pagdadalamhati, karamdaman, o pagdurusa dito. Subalit hindi batid ni Adan at Eva ang tunay na kaligayahan at pag-ibig sapagka't wala silang ideya o karanasan na kasalungat ng mga bagay na tinatamasa nila sa loob ng Halamanan ng Eden.

Halimbawa, may dalawang bata, ang isa ay mula sa mayamang pamilya at ang isa ay mula sa pamilyang maralita. Ano kaya ang magiging reaksiyon ng dalawang batang ito kung makakatanggap sila ng parehong laruan? Ang batang huling nabanggit ay magiging mas magpasalamat at masaya sa kaibuturan ng kanyang puso kaysa sa batang mayaman.

Kailangan ninyong malaman at maranasan ang kasalungat ng isang bagay para mabatid ninyo ang kahalagahan nito. Matatanto ninyo ang tunay na kahalagahan ng magandang kalusugan kung nagdusa kayo mula sa karamdaman. Mapapahalagahan ninyo ang buhay na walang hanggan at magpapasalamat kayo sa Diyos sa kaibuturan ng puso ninyo sa pagkakaloob Niya ng walang hanggang langit kung batid ninyo ang tungkol sa kamatayan at impiyerno.

Sa masaganang Halamanan ng Eden, tinamasa ng unang nilalang na si Adan ang lahat ng bagay na ibinigay sa kanya ng Diyos, pati na ang kapangyarihang pamunuan ang bawat isang nilikha. Gayun pa man, dahil hindi bunga ng pagod at pawis niya ang mga bagay na ito, hindi lubusang naunawaan ni Adan ang kahalagahan ng mga ito at hindi lubos ang pagpapasalamat niya sa Diyos. Nang palayasin siya sa mundong ito at nang maranasan ang pagluha, kalungkutan, karamdaman, pagdurusa, kasawian, at kamatayan, saka pa lang niya naunawaan ang pagkakaiba ng kagalakan at kalungkutan at kung gaano kahalaga ang kalayaan at kasaganahan na ipinagkaloob ng Diyos sa Halamanan ng Eden.

Ano ang magandang maidudulot ng walang hanggang buhay sa atin kung hindi natin naranasan ang kagalakan o kalungkutan? Kahit pansamantala tayong magdusa, subalit pagkatapos ay matatanto at masasabi nating, "Ito ay kagalakan!", ang mga buhay natin ay mas magiging kapakipakinabang at pinagpala.

May mga magulang ba na pipiliing huwag na lang pag-aralin ang mga anak nila at hahayaan na lang sila sa bahay dahil alam nilang mahirap mag-aral? Kung tunay na mahal ng mga magulang ang mga anak nila, papapasukin nila ang mga ito sa eskuwelahan para matiyagang matutuhan ang mahihirap na aralin at maranasan ang iba't ibang mga bagay upang magkaroon sila ng mas magandang kinabukasan.

Ganyang-ganyan ang puso ng Diyos, na Siyang lumikha at nangangalaga sa sangkatauhan. Sa parehong dahilan, inilagay ng Diyos ang punungkahoy ng pagkakilala ng mabuti at masama, at hindi hinadlangan si Adan nang piliin niyang kainin ang bunga at pinahintulutan na maranasan niya ang kagalakan, galit, kalungkutan, at kasiyahan habang dumaraan sa proseso ng pangangalaga. Iibigin at sasambahin ng tao ang Diyos, na Siya mismo ay ang pag-ibig at ang katotohanan, sa kaibuturan ng puso nila, at matatanto ang kahalagahan ng tunay na pag-ibig, kagalakan at pasasalamant pagkatapos nilang maranasan at maunawaan ang kasalungat na bagay ng mga ito.

Sa pamamagitan ng proseso ng pangangalaga sa tao, gusto ng Diyos na magkaroon ng mga tunay na anak na makakaunawa at susunod sa kalooban Niya, mamumuhay na kasama Siya sa kalangitan at tunay na mag-iibigan magpakailanman man.

Ang Pangangalaga sa Sangkatauhan ay Nagsisimula sa Israel

Nang palayasin mula sa Halamanan ng Eden ang unang nilalang na si Adan pagkatapos niyang sumuway sa salita ng Diyos, hindi siya binigyan ng karapatan na pumili ng lupain kung saan siya maninirahan sa halip ay itinalaga ng Diyos ang isang lugar para sa kanya. At ang lugar na iyon ay ang Israel.

Nakapaloob dito ang kalooban ng Diyos. Pagkatapos pag-ingatan ang dakilang plano ng pangangalaga sa sangkatauhan, pinili ng Diyos ang mga mamamayan ng Israel bilang halimbawa sa planong ito. Ito ang dahilan kaya pinayagan ng Diyos si Adan na magkaroon ng panibagong buhay sa isang lugar kung saan itatatag ang bansang Israel.

Sa paglipas ng panahon, hindi na mabilang ang mga bansang nagmula sa lahi ni Adan at naitatag na ang bansang Israel sa panahon ni Jacob, na nagmula kay Abraham. Hinangad ng Diyos na ipahayag sa lahat ang kaluwalhatian at kalooban Niya ng pangangalaga sa sangkatauhan sa pamamagitan ng kasaysayan ng Israel. Hindi lamang sa mga Israelita kundi sa lahat ng mga tao sa buong mundo. Samakatwid, ang kasaysayan ng Israel na pinamumunuan mismo ng Diyos ay hindi lamang kasaysayan ng mga mamamayan ng isang bansa kundi isang banal na mensahe para sa sangkatauhan.

Bakit pinili ng Diyos ang bansang Israel bilang halimbawa ng pangangalaga sa sangkatauhan? Ito ay dahil sa nakakahigit nilang karakter, sa madaling salita, dahil sa napakahusay nilang pagkatao at kalooban.

Ang Israel ay inapo ni Abraham, ang 'ama ng pananampalataya', na lubos na kinalugdan ng Diyos at inapo din ni Jacob na kumapit nang mahigpit sa Diyos kaya nagwagi. Ito ang dahilan kung bakit hindi nawalan ng pagkakakilanlan ang mga mamamayan ng Israel kahit nawalan sila ng bayan at namuhay na mga palaboy sa loob ng maraming siglo.

Higit sa lahat, sa loob ng libu-libong taon, iningatan ng mga mamamayan ng Israel ang salita ng Diyos na naipropesiya ng mga lingkod Niya at namuhay ayon dito. Mangyari pa, may mga pagkakataong lumayo ang buong bansang Israel sa salita ng Diyos at nagkasala laban sa Kanya ngunit sa bandang huli, sila ay nagsisi at nanumbalik sa Diyos. Hindi kailanman nawala ang pananampalataya nila sa PANGINOONG Diyos nila.

Maliwanag na ipinapakita sa atin ng panunumbalik ng isang malayang Israel noong ika-20 siglo kung anong klaseng puso ang taglay ng mga mamamayan nito bilang mga inapo ni Jacob.

Sinasabi sa atin sa Ezekiel 38:8, *"Pagkatapos ng maraming araw ay tatawagin ka. Sa mga huling taon ay hahayo ka laban sa lupain na ibinalik na mula sa digmaan, ang lupain na ang mga bayan ay natipon mula sa mga bundok ng Israel, na naging laging giba. Ang mga bayan nito ay kinuha mula sa mga bansa at silang lahat ay naninirahan ngayong tiwasay."* Tinutukoy sa mga "huling taon" ang pagtatapos ng pangangalaga sa sangkatauhan. "Ang mga bundok ng Israel" ay nangangahulugang ang lungsod ng Jerusalem na mahigit-kumulang 760 metro (2,494 talampakan) ang taas mula sa kapatagan ng dagat.

Samakatwid, nang sabihin ni Propeta Ezekiel na maraming mga "naninirahan ang magtitipon mula sa maraming bansa sa mga bundok ng Israel," ang ibig sabihin nito ay ang mga Israelita ay magtitipon-tipon mula sa iba't ibang dako ng mundo at ibabalik ang estado ng Israel. Batay sa salita ng Diyos, ang Israel, na winasak ng mga Romano noong 70 A.D., ay nagdeklara ng kanilang kalayaan noong Mayo 14, 1948. Ang lupain ay 'walang halaga' subalit ngayon, nakapagtatag na ang mga Israelita ng isang malakas na bansa na walang sinumang magbabalewala o hahamon.

Ang Layunin ng Diyos sa Pagpili sa mga Israelita

Bakit sinimulan ng Diyos ang pangangalaga sa sangkatauhan sa lupain ng Israel? Bakit pinili Niya ang mga mamamayan ng Israel at pinamamahalaan ang kasaysayan nito?

Una, kalooban ng Diyos na ipahayag sa lahat ng mga bansa sa pamamagitan ng kasaysayan ng Israel na Siya ang Manlilikha ng langit at lupa, na Siya lang ang tunay na Diyos, at Siya ay buhay. Sa pamamagitan ng pag-aaral ng kasaysayan ng Israel, madadama kahit ng mga Gentil ang presensiya ng Diyos at maunawaan ang kalooban Niya.

Makikita ng lahat ng mga bayan sa lupa na ikaw ay tinawag sa pamamagitan ng pangalan ng PANGINOON at sila'y matatakot sa iyo (Deuteronomio 28:10).

Mapalad ka, O Israel! Sino ang gaya mo, bayang iniligtas ng PANGINOON, ang kalasag na iyong tulong, ang tabak ng iyong tagumpay! At ang iyong mga kaaway ay manginginig sa harapan mo, at ikaw ay tutuntong sa kanilang mga matataas na dako (Deuteronomio 33:29).

Ang pinili ng Diyos, ang Israel, ay tumatamasa ng isang malaking pribilehiyo, at makikita natin ito mula sa kasaysayan nito.

Halimbawa, nang tanggapin ni Rahab ang dalawang lalaki na ipinadala ni Josue para magtiktik sa lupain ng Canaan, sinabi niya sa kanila, *"Nalalaman ko na ibinigay sa inyo ng PANGINOON ang lupain, at ang pagkatakot sa inyo ay dumating sa amin, at ang naninirahan sa lupain ay nanghihina* sa harapan ninyo. *Sapagkat aming nabalitaan kung paanong tinuyo ng PANGINOON ang tubig sa Dagat na Pula sa harapan ninyo, nang kayo'y lumabas sa Ehipto; at kung ano ang inyong ginawa sa dalawang hari ng mga Amoreo, na nasa kabila ng Jordan, kay Sihon at kay Og, na inyong lubos na pinuksa. Nang mabalitaan namin iyon ay nanlumo ang aming puso, ni walang tapang na naiwan sa sinumang tao dahil sa inyo, sapagkat ang PANGINOON ninyong Diyos ay Siyang Diyos sa langit sa itaas at sa lupa sa ibaba"* (Josue 2:9-11).

Noong panahong bihag ang mga Israelita sa Babilonia, kasama ni Daniel ang Diyos at nakilala ni Nebukadnezar, Hari ng Babilonia ang Diyos ni Daniel. Nang makilala ng hari ang Diyos, wala siyang magawa kundi, *"nagpupuri, at nagbubunyi, at nagpaparangal sa Hari ng langit; sapagkat ang lahat niyang gawa ay katotohanan, at ang kanyang mga pamamaraan ay makatarungan; at kaya Niyang ibaba ang mga lumalakad na may kapalaluan"* (Daniel 4:37).

Ganito rin ang nangyari noong ang Israel ay nasa ilalim ng pamumuno ng Persia. Nang makita nila ang pagkilos ng buhay na Diyos at tumugon sa panalangin ni Reyna Esther, *"At sa bawat lalawigan at bayan, saanman dumating ang utos ng hari, ay nagkaroon ang mga Judio ng kasayahan, kagalakan, at kapistahan. At maraming mula sa mga tao ng lupain ay tinawag ang kanilang sarili na mga Judio; sapagkat ang takot sa mga Judio ay dumating sa kanila"* (Esther 8:17).

Kaya, nang makilala pati ng mga hentil ang buhay na Diyos na kumikilos para sa mga Israelita, natakot sila at sumamba sa Kanya. At kahit ang mga salinlahi ay malalaman ang kadakilaan ng Diyos at sasambahin Siya mula sa mga ganitong mga pangyayari at pagkakataon.

Pangalawa, pinili ng Diyos ang Israel at ginabayan ang mga mamamayan nito dahil gusto Niyang matanto ng lahat ng sangkatauhan sa pamamagitan ng kasaysayan ng Israel ang dahilan ng paglikha Niya sa tao at patuloy Niya silang pinapangalagaan.

Pinapangalagaan ng Diyos ang sangkatauhan sapagkat gusto Niyang magkaroon ng tunay na mga anak. Ang tunay na anak ng Diyos ay ang tumutulad sa Kanya na may kakanyahang kabutihan at pag-ibig, matuwid at banal. Ito ay sapagkat ang mga anak ng Diyos ay nagmamahal sa Kanya at nabubuhay ayon sa kalooban Niya.

Noong sumunod at nabuhay ang Israel sa ilalim ng mga utos ng Diyos at naglingkod sa Kanya, iniangat Niya ang mga Israelita sa ibabaw ng lahat ng mga tao at bansa. Sa kabaliktaran, noong naglingkod ang mga mamamayan ng Israel sa mga diyus-diyosan at mabilis na nilimot ang kautusan ng Diyos, dumanas sila ng lahat ng uri ng mga pagdurusa at mga kalamidad tulad ng digmaan at mga sakuna dulot ng kalikasan o maging ang pagkabihag.

Sa bawat hakbang ng proseso, natutong magpakumbaba ng mga Israelita sa harapan ng Diyos, at sa tuwing magpapakumbaba sila, pinapanumbalik sila ng Diyos sa awa at pag-ibig Niyang hindi nagmamaliw at muli silang dinadala sa mga bisig ng Kanyang pagpapala.

Noong minahal ni Haring Solomon ang Diyos at sinunod ang mga utos Niya, tinamasa niya ang dakilang kaluwalhatian at karangyaan. Ngunit nang lumayo ang hari sa Diyos at nagsimulang maglingkod sa mga diyus-diyosan, ang kaluwalhatian at karangyaan na tinamasa niya ay unti-unting nabawasan. Noong sumusunod ang mga hari ng Israel tulad nina David, Jehoshafat, at Hezekias sa mga batas ng Diyos, ang bansa ay makapangyarihan at maunlad, subalit ito ay naging mahina at nasakop ng mga dayuhan habang pinamumunuan ng mga hari na lumayo sa mga turo ng Diyos.

Ang kasaysayan ng Israel ay nagsisilbing malinaw na salamin na nagpapahayag ng kalooban ng Diyos para sa lahat ng mga tao at mga bansa. Sinasabi dito na kalooban Niyang tumanggap ng mga pagpapala at mga biyaya ang mga taong hinubog Niya sa sariling larawan at wangis at sumusunod sa mga utos Niya at napapabanal ayon sa salita Niya.

Pinili ang Israel para ihayag ang kalooban ng Diyos sa lahat ng mga bansa at mga tao, at tumanggap ng napakalaking pagpapala dahil sa paglilingkod sa Kanya bilang isang bansa ng mga alagad na namamahala sa salita ng Diyos. Kahit nagkasala sila, pinatawad sila ng Diyos sa kanilang mga kasalanan at pinapanumbalik sila kung humihingi sila ng kapatawaran nang may pagpapakumbaba, tulad ng ipinangako Niya sa kanilang mga dakilang ninuno.

Higit sa lahat, ang pinakamalaking biyaya na ipinangako at inihanda ng Diyos para sa mga pinili Niya ay ang kahanga-hangang pangako ng kaluwalhatian na ang Mesyas ay magmumula sa kanila.

Mga Dakilang Ninuno

Sa buong kasaysayan ng sangkatuhan, iningatan ng Diyos ang Israel at nagpadala ng mga lingkod Niya sa itinakda Niyang panahon para manatili ang pangalan ng Israel. Ang mga lingkod ng Diyos ay ang mga karapat-dapat na bunga batay sa kalooban Niyang pangangalaga sa sangkatauhan. Sila ang mga nanahan sa salita Niya nang may pag-ibig para sa Kanya. Itinatag ng Diyos ang pundasyon ng bansang Israel sa pamamagitan ng dakilang mga ninuno ng Israel.

Si Abraham, ang Ama ng Pananampalataya

Si Abraham ay kinilala bilang ama ng pananampalataya dahil sa pananalig at pagsunod niya, at siya ang pagmumulan ng isang mahalagang bansa. Isinilang siya may apat na libong taon na ang nakakalipas sa Ur ng mga Caldeo. Pagkatapos siyang hirangin ng Diyos, nakamit niya ang pag-ibig at pagkilala Niya. Tinatawag siya bilang "kaibigan" ng Diyos.

Tinawag ng Diyos si Abraham at ipinangako sa kanya:

Sinabi ng PANGINOON kay Abram, "Umalis ka sa iyong lupain, sa iyong mga kamag-anak, sa bahay ng iyong ama, at pumunta ka sa lupaing ituturo Ko sa iyo. Gagawin kitang isang malaking bansa, ikaw ay Aking pagpapalain, gagawin Kong dakila ang iyong pangalan, at ikaw ay magiging isang pagpapala" (Genesis 12:1-2).

Noong mga panahong iyon, may edad na si Abraham, walang tagapagmana, at walang ideya kung saan siya pupunta; samakatwid, ito ay hindi madaling sundin. Kahit hindi niya alam kung saan siya patungo, sumunod si Abraham. Lubos ang tiwala niya sa salita ng Diyos na hindi kailanman sumira sa mga pangako Niya. Kaya, nanalig sa Diyos si Abraham sa lahat ng mga gawain niya, at habang nabubuhay siya, tinanggap niya ang lahat ng mga pagpapala na ipinangako ng Diyos.

Hindi lang ganap na pagsunod at paggawa nang may pananampalataya ang ipinakita ni Abraham sa Diyos kundi hinangad din niya palagi ang kabutihan at kapayapaan sa mga taong nakakasalamuha niya.

Halimbawa, nang iwanan ni Abraham ang Haran ayon sa iniutos ng Diyos, sumama sa kanya ang pamangkin niyang si Lot. Hindi na sila maaaring manatili pa sa iisang lupaing iyon nang lumago at sumagana ang mga ari-arian nila. Naging dahilan ng 'pagtatalo sa pagitan ng mga pastol ng hayop ni Abraham at ng mga pastol ng hayop ni Lot' (Genesis 13:7) ang kakulangan sa mga pastulan at tubig. Kahit mas nakakatanda si Abraham hindi niya hinanap o ipinagpilitan ang sariling pakinabang. Pumayag siyang piliin ng pamangkin niyang si Lot ang mas mabuting lupain. Sinabi niya kay Lot sa Genesis 13:9, *"Di ba nasa harapan mo ang buong lupain? Humiwalay ka sa akin. Kapag kinuha mo ang nasa kaliwa, ako ay pupunta sa kanan; o kapag kinuha mo ang nasa kanan, ako ay pupunta sa kaliwa."* At dahil malinis ang puso ni Abraham, hindi siya kumuha ng kahit isang sinulid, o isang panali ng sandalyas, o ng anumang pag-aari ng iba (Genesis 14:23). Nang sabihin sa kanya ng Diyos na wawasakin ang mga lungsod ng Sodoma at Gomorra dahil lugmok ang mga ito sa kasalanan, nagsumamo sa Diyos si Abraham, sapagkat siya ay isang lalaki na may espirituwal na pag-ibig. Kaya sinabi sa kanya ng Diyos na hindi Niya wawasakin ang Sodoma kung makakatagpo siya ng sampung matutuwid na tao na sa lungsod na iyon.

Ang kabutihan at pananalig ni Abraham ay perpekto hanggang sa pagsunod niya sa utos sa kanya ng Diyos na ialay bilang handog na susunugin ang nag-iisang anak niya.

Sa Genesis 22:2, inutusan ng Diyos si Abraham, *"Kunin mo ngayon ang iyong anak, ang iyong kaisa-isang anak na si Isaac, na iyong minamahal, at pumunta ka sa lupain ng Moria. ialay mo siya bilang handog na susunugin; sa itaas ng isa sa mga bundok na Aking sasabihin sa iyo."*

Si Abraham ay isandaang taong gulang na nang ipanganak si Isaac. Bago pa isilang si Isaac, sinabi na ng Diyos kay Abraham na ang sinumang magmumula sa kanyang sariling katawan ay siyang magiging tagapagmana niya at ang magiging bilang ng mga inapo niya ay katumbas ng bilang ng mga bituin sa langit.

Kung sinunod ni Abraham ang makalaman niyang pag-iisip, malamang hindi siya sumunod sa utos ng Diyos at hindi inialay si Isaac bilang handog na susunugin. Gayon pa man, agad sumunod si Abraham nang hindi nagtatanong kung anuman ang dahilan.

Nang sandaling iniunat ni Abraham ang kamay niya upang patayin si Isaac pagkatapos niyang itayo ang altar, tinawag siya ng anghel ng Diyos at sinabi, *"Abraham, Abraham! Huwag mong sasaktan ang bata o gawan man siya ng anuman, sapagkat ngayon ay nalalaman Ko na ikaw ay may takot sa Diyos, at hindi mo ipinagkait sa Akin ang iyong anak, ang iyong kaisa-isang anak"* (Genesis 22:11-12). Hindi ba't tunay na mapagpala at makabagbag damdamin ang tagpong ito?

Dahil hindi siya umasa sa makalaman niyang isipan, walang naging pagtatalo o agam-agam sa puso ni Abraham kaya sinunod lang niya ang utos ng Diyos nang may pananampalataya. Buo ang pagtitiwala niya sa matapat na Diyos na tiyak na tumutupad sa anumang ipinangako Niya, ang makapangyarihang Diyos na bumubuhay ng patay, at ang Diyos ng pag-ibig na nagnanais na mabigyan ang mga anak Niya ng tanging mga mabubuting bagay lamang. Sapagkat ang puso ni Abraham ay masunurin at nagpapakita ng mga gawang may pananampalataya, tinanggap ng Diyos si Abraham bilang ama ng pananampalataya.

Sapagka't ginawa mo ito, at hindi mo ipinagkait sa Akin ang iyong anak, ang iyong kaisa-isang anak; tunay na pagpapalain kita, at pararamihin Ko ang iyong binhi, na gaya ng mga bituin sa langit, at mga buhangin sa baybayin ng dagat; at makakamit ng iyong binhi ang pintuang-bayan ng kanyang mga kaaway. At sa pamamagitan ng iyong binhi ay pagpapalain ang lahat ng bansa sa lupa, sapagkat sinunod mo ang Aking tinig (Genesis 22:16-18).

Dahil sa kabutihan at pananampalataya ni Abraham na nakakapagbigay lugod sa Diyos, tinawag siyang "kaibigan" ng Diyos at ipinapalagay na ama ng pananampalataya. At naging ama din siya ng lahat ng mga bansa at ang pinagmumulan ng lahat ng mga biyaya tulad ng ipinangako sa kanya ng Diyos nang siya'y unang hirangin Niya, *"Pagpapalain Ko ang magbibigay ng pagpapala sa iyo, at susumpain Ko ang mga susumpa sa iyo; at sa pamamagitan mo ang lahat ng angkan sa lupa ay pagpapalain"* (Genesis 12:3).

Ang Kalooban ng Diyos sa pamamagitan ni Jacob, ang Ama ng Israel, at si Jose na Mapanaginipin

Si Isaac ay anak ni Abraham, ang ama ng pananampalataya at sina Esau at Jacob ay mga anak ni Isaac. Pinili ng Diyos si Jacob, na may pusong higit na mahusay kaysa sa kapatid niya, noong siya ay nasa sinapupunan pa ng kanyang ina. Hindi magtatagal, tatawagin si Jacob na "Israel" ang pinagmulan ng bansang Israel at ang ama ng Labindalawang Lipi.

Masigasig na hinangad ni Jacob ang pagpapala ng Diyos at ang mga espirituwal na bagay hanggang sa puntong bilhin niya ang pagkapanganay ng nakakatandang kapatid na si Esau kapalit ng nilutong nilaga at agawin ang basbas na para sa kapatid niya sa pamamagitan ng panlililinlang sa amang si Isaac. Si Jacob ay may ugaling mapanlinlang pero batid ng Diyos na sa sandaling magbago si Jacob, siya ay magiging isang dakilang sisidlan. Dahil dito, sinubok ng Diyos si Jacob sa loob ng dalawampung taon upang ang buong pagkatao niya ay mawasak at matuto siyang magpakumbaba.

Nang agawin ni Jacob ang pagkapanganay ng nakakatandang kapatid niyang si Esau sa isang madayang paraan, tinangka siyang patayin ni Esau kaya kinailangan niyang tumakas at lumayo sa kanya. Pagkatapos, nanirahan si Jacob sa tiyuhin niya na si Laban at nagpastol siya ng mga tupa at kambing. Kinailangang maghirap siya sa pag-aalaga ng mga tupa at kambing ng tiyuhin niya. Kaya, sa Genesis 31:40 sinabi niya, *"Naging ganoon ako; sa araw ay pinahihirapan ako ng init, at sa gabi ay ng lamig; at ako ay nalipasan na ng antok."*

Ibinabalik ng Diyos sa bawat isang tao ang naaayon sa kung anuman ang kanyang itinanim. Nakita Niya ang katapatan ni Jacob sa gawain niya, kaya pinagpala Niya ito ng napakaraming kayamanan. Nang sabihin sa kanya ng Diyos na bumalik siya sa sariling bayan niya, iniwan ni Jacob ang lupain ni Laban, at umalis pabalik sa tahanan niya kasama ang pamilya niya at lahat ng kanilang mga ari-arian. Nang makarating sa Ilog ng Jabbok, nabalitaan ni Jacob na ang kapatid niyang si Esau ay nasa kabilang dako ng ilog na may kasamang apatnaraang tao.

Hindi na muling makakabalik si Jacob sa tiyuhin niya

dahil sa ipinangako niya sa kanya. Ni hindi rin siya puwedeng tumawid ng ilog at tumungo kay Esau na galit na galit at gustong maghiganti. Dahil sa mabigat na suliraning ito, hindi na muling umasa si Jacob sa sarili niyang kaalaman kundi ipinagkatiwala niya ang lahat sa Diyos sa pananalangin. Iwinaksi ni Jacob ang sarili niyang kalooban, marubdob na nanalangin sa Diyos hanggang sa mabali ang buto sa hita niya.

Nakipaglaban si Jacob sa Diyos at nagtagumpay siya, kaya pinagpala siya ng Diyos at sinabing, *"Ang iyong pangalan ay hindi na tatawaging Jacob, kundi Israel; sapagkat ikaw ay nakipaglaban sa Diyos at sa mga tao, at ikaw ay nagtagumpay"* (Genesis 32:28). Pagkatapos, maari na rin siyang makipagkasundo sa kapatid niyang si Esau.

Ang dahilan ng Diyos kung bakit pinili Niya si Jacob ay sapagkat siya ay tunay na matiyaga at matuwid, at sa pamamagitan ng mga pagsubok sa kanya, siya ay magsisilbing isang mahalagang sisidlan na may gagampanang makabuluhang tungkulin sa kasaysayan ng Israel.

Si Jacob ay nagkaroon ng labindalawang anak na lalaki at sila ang nagtatag ng pundasyon upang mabuo ang bayan ng Israel. Gayon pa man, dahil sila ay mga lipi lamang, pinlano ng Diyos na ilagay sila sa may hangganan ng Ehipto, na isang makapangyarihang bansa, hanggang sa panahong ang inapo ni Jacob ay maging isang malaking bansa.

Ang planong ito ay dahil sa pag-ibig ng Diyos na poprotekta sa kanila mula sa ibang mga bansa. Ang taong pinagkatiwalaan ng ganitong kahanga-hangang tungkulin ay si Jose na siyang ikalabingisang anak ni Jacob.

Sa labindalawang mga anak niya, minahal o itinangi ni Jacob si Jose ng higit sa iba. Iginawa pa niya ito ng isang mahabang balabal na may sari-saring kulay at iba pa. Napoot kay Jose at pinagselosan siya ng mga kapatid niya kaya ipinagbili siya ng mga ito bilang alipin sa Ehipto sa edad na 17. Pero hindi siya kailanman nagreklamo o nagalit man lang sa mga kapatid niya.

Si Jose ay ipinagbili kay Potifar, isang opisyal ni Faraon, ang kapitan ng mga bantay o tanod. Masipag at tapat siyang naglingkod doon kaya nakuha niya ang kabutihang-loob at tiwala ni Potifar. Samakatwid, naging tagapamahala si Jose ng tahanan ni Potifar at ipinagkatiwala ang lahat ng bagay sa kanya sa sambahayang ito.

Kaya lang, nagkaroon ng problema. Si Jose ay makisig at matipuno, kaya sinimulan siyang akitin ng asawa ng amo niya. Si Jose ay matuwid at may dalisay na pagkatakot sa Diyos, kaya matapang na sinabi ni Jose sa babae, *"Paano ngang magagawa ko itong malaking kasamaan at kasalanan laban sa Diyos?"* (Genesis 39:9)

At nangyari, dahil sa mga hindi makatwirang paratang, si Jose ay ikinulong kasama ng mga bilanggo ng hari. Kahit nasa loob ng bilangguan, sinamahan pa rin ng Diyos si Jose, at dahil pinagpala siya ng Diyos, agad siyang naging tagapamahala sa loob ng bilangguan.

Dahil sa mga pangyayari, nakamit ni Jose ang kaalaman o karunungan na maari niyang gamitin sa pagpapatakbo ng isang bansa. Nahubog ang kakayahan niyang magpasya sa mga bagay na may kinalaman sa mga mamamayan o pamahalaan, at naging isang dakilang lingkod na maaaring magmahal ng napakaraming tao.

Pagkatapos niyang ipaliwanag ang panaginip ni Faraon at mag-alok ng matalinong solusyon sa mga problema na maaring harapin ni Faraon at ng kanyang mga tauhan, si Jose ay naging tagapamahala ng buong Ehipto kasunod ni Faraon. Kaya, dahil sa malalim na kalooban ng Diyos at sa bawat pagsubok na ibinigay Niya kay Jose, itinaas ng Diyos si Jose bilang isang gobernador ng isa sa pinakamakapangyarihang bansa noog panahong iyon sa edad na 30.

Katulad ng paliwanag ni Jose sa mga panaginip ni Faraon, nagkaroon ng pitong taong taggutom ang mga lugar na malapit sa Silangan kasama ang Ehipto. Dahil pinaghandaan na ni Jose ang pangyayaring ito, nailigtas niya ang lahat ng mga taga-Ehipto. Nagtungo sa Ehipto ang mga kapatid ni Jose para maghanap ng pagkain. Nakasama nilang muli ang kapatid nila at hindi nagtagal ay lumipat na sa Ehipto upang doon na manirahan. Nagkaroon sila ng masaganang buhay dito at naihanda ang daan sa pagsilang ng bayan ng Israel.

Si Moises: Isang Dakilang Pinuno na Tumupad sa Exodo

Pagkatapos manirahan sa Ehipto, dumami na ang mga inapo ni Israel at naging masagana. Hindi nagtagal, naging makapangyarihan ito at mas dumami pa, sapat na para makabuo sila ng sarili nilang bansa.

Nang magkaroon ng bagong hari na hindi kilala si Jose, nagsimula nitong bantayan ang pag-unlad at kapangyarihan ng mga inapo ni Israel. Ang hari at ang mga opisyal ay nagsimulang pahirapin ang buhay ng mga Israelita sa pamamagitan ng mabibigat na pagtatrabaho sa luwad at sa tisa, at sa lahat ng uri ng gawain sa bukid, at malupit silang pinapaglingkod sa lahat ng mga gawain nila (Exodo 1:13-14).

Gayon pa man, *"habang kanilang pinahihirapan sila, lalo silang dumarami at lalong lumalaganap"* (Exodo 1:12). Kaagad nag-utos si Faraon na patayin ang lahat ng mga lalaking sanggol na Israelita pagkasilang sa kanila. Nang marinig ang pagtangis at paghingi ng tulong ng mga Israelita sa kanilang pagkakabihag, inalala ng Diyos ang kasunduan Niya kina Abraham, Isaac, at Jacob.

At ibibigay Ko sa iyo, at sa iyong binhi pagkamatay mo, ang lupaing kung saan ka ngayon ay isang dayuhan, ang buong lupain ng Canaan, bilang pag-aaring walang hanggan; at Ako ang magiging Diyos nila (Genesis 17:8).

Ang lupaing ibinigay Ko kay Abraham at Isaac ay ibibigay Ko sa iyo, at sa iyong lahi pagkamatay mo (Genesis 35:12).

Upang pamunuan ang mga anak ni Israel mula sa pagdurusa

nila at dalhin sila patungong lupain ng Canaan, inihanda ng Diyos ang isang taong lubos na susunod sa lahat ng utos Niya at gagabay sa mga pinili Niya ayon sa kalooban Niya.

Ang taong iyon ay si Moises. Itinago si Moises ng mga magulang niya sa loob ng tatlong buwan pagkapanganak sa kanya, subalit nang hindi na siya maaaring itago pa, isinilid siya sa isang hinabing basket at inilagay sa talahiban sa may pampang ng ilog. Nang matuklasan ng anak ni Faraon ang sanggol na nasa hinabing basket, nagdesisyon siya na alagaan na lamang ito bilang anak niya. Nirekomenda ng kapatid na babae ng sanggol na tumayo at nagmasid sa hindi kalayuan sa anak ni Faraon ang tunay na ina ng sanggol para maging tagapag-alaga nito.

Samakatwid, lumaki si Moises sa isang maharlikang palasyo at inalagaan ng kanyang tunay na ina, kaya lumaki siyang may kaalaman tungkol sa Diyos at sa mga Israelita, ang mga kababayan niya.

Isang araw, nakita niyang binubugbog ng isang Ehipcio ang kababayan niyang Hebreo at sa kanyang labis na pagdadalamhati napatay niya ang Ehipcio. Nang malaman ng iba ang tungkol dito, tumakas si Moises mula kay Faraon at nanirahan sa lupain ng Midian. Nagpastol siya ng mga tupa sa loob ng apatnapung taon. Bahagi ito ng kalooban ng Diyos na nagnanais na subukin at sanayin si Moises bilang pinuno ng Exodo.

Sa panahong panili ng Diyos, tinawag Niya si Moises at inutusan siyang pamunuan ang mga Israelita sa paglabas mula sa

Ehipto at magtungo sa Canaan, isang lupain na sagana sa gatas at pulot.

Dahil matigas ang puso ni Faraon, hindi siya nakinig sa mga utos ng Diyos na ibinigay sa pamamagitan ni Moises. Dahil dito, ipinadala ng Diyos ang Sampung Salot sa Ehipto at sapilitang inilabas mula sa lugar na ito ang mga Israelita.

Lumuhod lang sa harapan ng Diyos ang Faraon at ang mga tauhan niya pagkatapos magdusa dahil sa pagkamatay ng lahat ng panganay sa lupain ng Ehipto at saka lang pinalaya ang mga mamamayan ng Israel mula sa pagkaalipin. Ang Diyos mismo ang pumatnubay sa mga Israelita sa bawat hakbang nila; pinaghiwalay ng Diyos ang Pulang Dagat para makatawid sila sa tuyong lupa. Nang walang tubig na iinumin, hinayaan ng Diyos na dumaloy mula sa isang bato ang tubig at nang wala silang makain, nagpadala ang Diyos sa kanila ng manna at mga pugo. Isinagawa ng Diyos ang ganitong mga himala at kababalaghan sa pamamagitan ni Moises upang matiyak ang kaligtasan ng milyung-milyong mga Israelita sa ilang sa loob ng apatnapung taon.

Pinangunahan ng matapat na Diyos ang mga mamamayan ng Israel patungo sa lupain ng Canaan sa pamumuno ni Josue, ang pumalit kay Moises. Tinulungan ng Diyos si Josue at ang mga Israelita na makatawid sa Ilog Jordan sa paraan ng Diyos at pinahintulutan silang sakupin ang lungsod ng Jerico. At sa sarili Niyang pamamaraan, hinayaan ng Diyos na sakupin nila at ariin ang mas malaking bahagi ng lupain ng Canaan na sagana sa gatas at pulot.

Mangyari pa, ang pagsakop ng Canaan ay hindi lang pagpapala ng Diyos sa mga Israelita kundi makatuwiran Niyang paghatol ito sa mga naninirahan sa Canaan na naging ganid sa kasalanan at kasamaan. At dahil makatarungan ang Diyos, namuno Siya sa mga Israelita upang makuha ang lupain.

Sinabi ng Diyos kay Abraham, *"Sa ikaapat na salin ng iyong binhi, muli silang babalik rito"* (Genesis 15:16), nilisan ng lahing mula kay Abraham na si Jacob at ang kanyang mga anak ang Canaan para pumunta sa Ehipto upang manahan doon, pagkatapos, ang kanilang lahi ay bumalik din sa lupain ng Canaan.

Itinatag ni David ang Makapangyarihang Israel

Pagkatapos sakupin ang lupain ng Canaan, namuno ang Diyos sa Israel sa pamamagitan ng mga hukom at mga propeta sa Panahon ng mga Hukom at pagkatapos, naging isang kaharian ang Israel. Ang mga pundasyon bilang isang bansa ay naitatag sa pamumuno ni Haring David na nagmahal sa Diyos nang higit sa ano pa mang bagay.

Noong bata pa siya, napatay ni David ang isang pangunahing mandirigma ng mga Filisteo sa pamamagitan ng isang tirador at isang bato lang at bilang pasasalamat sa serbisyo niya sa digmaan, ginawa siyang pinuno ng mga lalaking mandirigma sa hukbo ni Haring Saul. Pag-uwi ni David pagkatapos talunin ang mga Filisteo, nagsi-awit at tumugtog ng mga instrumento ang mga kababaihan na sinasabing, "Si Saul ay pumatay ng may libulibo, at si David naman ay laksa-laksa." Nagsimulang mahalin ng lahat ng mga Israelita si David. Dahil sa selos, si Haring Saul ay nagplano ng mga paraan kung paano papatayin si David.

Sa gitna ng desperadong pag-tuligsa ni Saul, nagkaroon si David ng dalawang pagkakataon para patayin ang hari subalit hindi niya ginawa sapagkat ang hari ay hinirang ng Diyos. Kabutihan lang ang ginawa at ipinakita niya sa hari. Sa isang kaganapan, iniyukod ni David ang mukha niya sa lupa, nagpatirapa at nagbigay galang. *"Bukod dito'y iyong tingnan, ama ko. Tingnan mo ang laylayan ng iyong balabal sa aking kamay. Sapagkat sa pagputol ko ng laylayan ng iyong balabal at hindi ko pagpatay sa iyo, matitiyak mo na wala kahit kasamaan o pagtataksil man sa aking sarili. Hindi ako nagkasala laban sa iyo, kahit tinutugis mo ako upang kunin ang aking buhay"* (1 Samuel 24:11).

Si David, na isang taong sumusunod sa kalooban ng Diyos, ay naghangad ng kabutihan sa lahat ng mga bagay kahit noong naging hari na siya. Sa kanyang paghahari, pinamunuan ni David ang kaharian niya nang may hustisya at pinalakas niya ang buong kaharian. Sapagkat kasama ng hari ang Diyos, naging matagumpay si David sa pakikipaglaban sa mga karatig na mga Filisteo, mga Moabita, mga Amalekita, mga Ammonita at mga Edomita. Pinalawak niya ang teritoryo ng Israel, at ang mga labi ng digmaan at ang mga pagkilala at gantimpala ng pakikidigma ay lalong nagpayaman sa kaharian ni David. Dahil dito, tinamasa niya ang panahon ng kasaganahan.

Inilipat ni David ang Kaban ng Tipan ng Diyos sa Jerusalem,

isinaayos ang pamamaraan ng paghahandog, at pinalakas ang pananampalataya sa PANGINOONG Diyos. Itinatag din ng hari ang Jerusalem bilang sentro ng pulitika at relihiyon ng kaharian at ginawa ang lahat ng mga paghahanda para sa Banal na Templo ng Diyos na itatayo sa panahon ng pamumuno ng anak niyang si Haring Solomon.

Sa kabuuan ng kasaysayan, ang Israel ang pinaka makapangyarihan at kahanga-hanga sa panahon ng paghahari ni Haring David. Si Haring David ay tunay na hinangaan ng mga mamamayan. Ang Diyos lang ang niluwalhati niya. Higit sa lahat ng ito, gaano ba kadakilang ninuno si David at sa kanyang mga inapo magmumula ang Mesyas?

Ibinalik ni Elias sa Diyos ang Pagmamahal ng mga Israelita

Sumamba sa mga diyus-diyosan ang anak ni Haring David na si Solomon sa mga huling araw ng paghahari niya. Ang kaharian ay nahati nang mamatay siya. Sa Labindalawang Lipi ng Israel, ang sampu ay nagbuo ng Kaharian ng Israel sa hilaga samantalang ang natirang mga lipi ay nagbuo ng Kaharian ng Juda sa timog.

Sa Kaharian ng Israel, ang mga Propetang sina Amos at Hosea ang nagpapahayag ng kalooban ng Diyos sa mga mamamayan samantalang sina Propeta Isaias at Jeremias ang nagsasagawa ng ministeryong ito sa Kaharian ng Juda. Sa mga panahong pinili Niya, nagsugo ang Diyos ng mga propeta Niya at isinagawa ang kalooban Niya sa pamamagitan nila. Isa sa kanila ang Propetang si Elias. Isinagawa ni Elias ang ministeryo niya sa panahon ng paghahari ni Haring Ahab sa kaharian sa bandang hilaga.

Sa panahon ni Elias, dinala ng reynang Hentil na si Jezebel si Baal sa Israel at lumaganap ang pagsamba sa mga diyus-diyosan sa buong kaharian. Ang unang misyon na dapat gawin ng Propetang si Elias ay sabihin kay Haring Ahab na hindi uulan sa Israel sa loob ng tatlo't kalahating taon bilang hatol ng Diyos sa pagsamba nila sa mga diyus-diyosan.

Nang sabihin sa propeta na gusto siyang patayin ng hari at reyna, tumakas si Elias patungong Zarefta, na sakop ng Sidon. Binigyan siya ng isang pirasong tinapay ng isang balo doon at bilang kapalit sa kabutihang ipinakita ng balo, nagpakita si Elias ng isang kamangha-manghang pagpapala sa kanya. Ang tapayan na pinaglalagyan niya ng harina ay hindi nagkulang at ang banga na lalagyan ng langis ay hindi naubusan hanggang sa matapos ang tag-gutom. Pagkatapos nito, binuhay ni Elias ang anak ng balo na namatay.

Sa itaas ng Bundok ng Carmel, nakipaglaban si Elias sa apatnaraan at limampung propeta ni Baal at apatnaraang propeta ng Asera at bumagsak pababa ang apoy ng Diyos mula sa langit. Upang mailayo ang mga puso ng mga Israelita sa mga diyus-diyosan at dalhin sila pabalik sa Diyos, inayos ni Elias ang altar ng Diyos, binuhusan niya ng tubig ang mga handog at ang altar, at maalab na nanalangin sa Diyos.

"O PANGINOON, Diyos ni Abraham, ni Isaac, at ni Israel. Ipakilala Mo sa araw na ito, na Ikaw ay Diyos sa Israel, at ako ang iyong lingkod, at aking ginawa ang lahat ng bagay na ito sa iyong pag-uutos. Sagutin Mo ako, O PANGINOON. Sagutin Mo ako, upang malaman ng bayang ito, na Ikaw PANGINOON ay Diyos, at Iyong pinapanumbalik ang kanilang mga puso." Nang magkagayo'y ang apoy ng PANGINOON ay bumagsak at tinupok ang handog na sinusunog, ang kahoy, mga bato, alabok, at dinilaan ang tubig na nasa hukay. Nang makita iyon ng buong bayan, sila'y nagpatirapa at kanilang sinabi, "Ang PANGINOON ang siyang Diyos; ang PANGINOON ang siyang Diyos." At sinabi ni Elias sa kanila, "Hulihin ninyo ang mga propeta ni Baal; huwag hayaang makatakas ang sinuman sa kanila." At kanilang dinakip sila; sila'y ibinaba ni Elias sa batis ng Kison, at pinatay roon (1 Mga Hari 18:36-40).

Bilang karagdagan, nagpaulan siya mula sa langit pagkatapos ng tatlo't kalahating taon ng tagtuyot, tumawid sa Ilog Jordan na parang naglalakad lang sa tuyong lupa at nagpropesiya tungkol sa mga bagay na mangyayari. Sa pagpapakita ng mga kamanghamanghang kapangyarihan ng Diyos, malinaw na pinatunayan ni Elias na buhay ang Diyos.

Mababasa sa 2 Mga Hari 2:11, *"Samantalang sila'y (Elias at Eliseo) naglalakad at nag-uusap, isang karwaheng apoy at mga kabayong apoy ang naghiwalay sa kanilang dalawa. At si Elias ay umakyat sa langit sa pamamagitan ng isang ipu-ipo."* Sapagkat nalugod ang Diyos kay Elias dahil sa napakalaki ng pananampalataya niya at tinanggap at kinilala ang pag-ibig Niya, pumanhik sa langit ang Propeta nang hindi namatay.

Ipinahayag ni Daniel ang Kaluwalhatian ng Diyos sa lahat ng mga Bansa

Pagkaraan ng dalawandaan at limampung taon, humigit-kumulang sa panahong 605 B.C., sa ikatlong taon ng pamumuno ni Haring Jehoiakim, bumagsak ang Jerusalem sa pamamagitan ng pagsakop ni Haring Nebukadnezar na hari ng Babilonia at nabihag ang marami sa mga maharlikang pamilya sa Kaharian ng Juda.

Bilang bahagi ng patakaran ng pakikipagkasundo ni Nebukadnezar, inutusan ng hari si Aspenaz, pinuno ng mga opisyal niya na dalhin ang ilan sa mga Israelita na mula sa lahi ng mga hari at maharlika, ang mga kabataang makikisig, walang kapintasan, at bihasa sa lahat ng sangay ng karunungan, mayroong kaalaman at pangunawa, at may kakayahang maglingkod sa palasyo ng hari. At iniutos sa kanya ng hari na turuan sila ng panitikan at wika ng mga Caldeo. Isa sa mga kabataang iyon ay si Daniel (Daniel 1:3-4).

Ngunit ipinasya ni Daniel na hindi niya durungisan ang sarili sa pamamagitan ng bahagi ng pagkaing mula sa hari o alak man na iniinom niya, kaya hiniling niya sa pinuno ng mga opisyal na pahintulutan siyang huwag dungisan ang sarili (Daniel 1:8).

Kahit siya ay isang bilanggo ng digmaan, pinagpapala pa din si Daniel Diyos sapagkat may takot siya sa Kanya sa bawat pangyayari sa buhay niya. Pinagkalooban ng Diyos si Daniel at ang kanyang mga kaibigan ng kaalaman at katalinuhan sa lahat ng turo at karunungan. Nauunawaan din ni Daniel ang lahat ng klaseng pangitain at mga panaginip (Daniel 1:17).

Kaya nagpatuloy ang magandang pagtingin at pagkilala sa kanya ng mga hari kahit nagbago na ang mga kaharian. Dahil kinikilala ni Haring Dario ng Persia ang kahanga-hangang pagkatao ni Daniel, hinangad niyang hirangin siya bilang pinuno ng buong kaharian. Naging dahilan ito ng pagseselos ng isang grupo ng mga opisyal sa kaharian kay Daniel kaya nagsimula silang maghanap ng mga bagay na maibibintang nila laban sa kanya tungkol sa pagpapalakad ng gobiyerno. Ngunit wala silang makitang anumang maibibintang o anumang katibayan ng katiwalian sa kanya.

Nang malaman nila na si Daniel ay nananalangin sa Diyos nang tatlong beses sa loob ng isang araw, ang mga kinatawan at mga satrapa ay lumapit sa hari para sulsulan siyang gumawa ng isang kautusan na ang sinumang hihiling sa sinumang diyos o tao maliban sa hari sa loob ng isang buwan ay itatapon sa yungib ng mga leon. Hindi nagalinlangan si Daniel; kahit mawala pa ang magandang reputasyon niya, ang mataas na posisyon at ang buhay niya sa loob ng yungib ng mga leon, nagpatuloy siya sa pananalangin, na nakaharap sa Jerusalem, katulad ng dati niyang ginagawa.

Sa pamamagitan ng utos ng hari, itinapon si Daniel sa yungib ng mga leon pero dahil isinugo ng Diyos ang anghel Niya at itinikom ang bibig ng mga leon, si Daniel ay hindi nasaktan. Nang mabalitaan ni Haring Dario ang pangyayaring ito, sumulat siya sa lahat ng mamamayan, bansa at mga taong may iba't ibang wika na naninirahan sa lahat ng mga lupain at hinimok silang umawit ng mga papuri at luwalhatiin ang Diyos:

> *Ako'y nag-uutos, na sa lahat ng sakop ng aking kaharian, ang mga tao ay dapat manginig at matakot sa Diyos ni Daniel: Sapagkat Siya ang buhay na Diyos, at nananatili magpakailan man. Ang Kaniyang kaharian ay hindi mawawasak, at ang Kaniyang kapangyarihan ay walang katapusan. Siya'y nagliligtas at nagpapalaya, Siya'y gumagawa ng mga tanda at mga kababalaghan sa langit at lupa, sapagkat iniligtas Niya si Daniel mula sa kapangyarihan ng mga leon"* (Daniel 6:26-27).

Bilang karagdagan sa mga nabanggit na ninuno ng pananampalataya na kinilala dahil sa pananalig nila sa Diyos, hindi sapat ang dami ng papel at tinta para mailarawan ang pananampalataya ni Gideon, Barak, Samson, Jefta, Samuel, Isaias, Jeremias, Ezekiel, ang tatlong kaibigan ni Daniel, Esther, at ang lahat ng mga propetang ipinakilala sa Biblia.

Mga Dakilang Ninuno para sa Lahat ng mga Bansa sa Mundo

Magmula pa noong mga unang araw ng bansang Israel, pinlano at ginabayan ng Diyos ang takbo ng kasaysayan nito. Sa tuwing magkakaroon sila ng problema o malalagay sa peligro, inililigtas sila ng Diyos sa pamamagitan ng mga propeta na inihanda Niya. Pinamahalaan Niya ang kasaysayan ng Israel.

Samakatwid, ang kasaysayan ng Israel ay nangyayari ayon sa kalooban ng Diyos mula pa noong panahon ni Abraham at patuloy na mangyayari ayon sa plano Niya hanggang sa katapusan ng panahon. Hindi ito katulad ng ibang mga bansa.

Ang paghirang at pagtakda ng Diyos sa mga ama ng pananampalataya mula sa mga mamamayan ng Israel para sa kalooban Niya at plano ay hindi lang para sa mga pinili Niya, ang mga Israelita, kundi para din sa lahat ng tao sa lahat ng lugar na may pananampalataya sa Kanya.

> *Yamang si Abraham ay magiging isang dakila at makapangyarihang bansa, at ang lahat ng bansa ay pagpapalain sa pamamagitan niya* (Genesis 18:18).

Hinahangad ng Diyos na ang "lahat ng mga bansa sa mundo" ay maging mga anak ni Abraham sa pananampalataya at tanggapin ang mga pagpapala mula kay Abraham. Ang mga pagpapala Niya ay hindi lang para sa mga pinili Niya, ang mga Israelita. Nangako ang Diyos kay Abraham sa Genesis 17:4-5 na siya ay magiging ama ng napakaraming mga bansa, at sa Genesis 12:3 na ang lahat ng mga pamilya sa lupa ay pagpapalain dahil sa kanya at sa Genesis 22:17-18 na ang lahat ng mga bansa sa mundo ay pagpapalain dahil sa kanyang binhi.

Higit pa riyan, sa pamamagitan ng kasaysayan ng Israel, binuksan ng Diyos ang daan para makilala ng lahat ng mga bansa sa mundo na tanging ang PANGINOONG Diyos ang totoong Diyos, paglingkuran Siya, at maging tunay na anak Niya na magmamahal sa Kanya.

Ako'y nakahandang tumugon sa mga hindi nagtatanong sa Akin. Ako'y nakahandang matagpuan noong mga naghahanap sa Akin. Aking sinabi, 'Narito Ako, narito Ako,' sa isang bansa na hindi tumawag sa pangalan Ko (Isaias 65:1).

Itinatag ng Diyos ang mga dakilang ninuno at personal na pinatnubayan at pinamunuan ang kasaysayan ng Israel upang pahintulutan ang mga Hentil at ang pinili Niya, ang mga Israelita, na tumawag sa pangalan Niya. Natupad ng Diyos ang kasaysayan ng pangangalaga sa sangkatauhan sa panahong iyon, subalit ngayon bumuo ulit Siya ng isa pang kahanga-hangang plano para maisakatuparan din Niya ang kalooban Niyang pangangalaga sa mga hentil. Kaya nang dumating ang panahong pinili Niya ipinadala ng Diyos ang Anak Niya sa lupain ng Israel hindi lang bilang Mesyas ng Israel kundi bilang Mesyas ng buong sangkatauhan.

Mga Taong Nagpatotoo kay Jesu-Cristo

Sa buong kasaysayan ng pangangalaga ng sangkatauhan, ang Israel ay laging nasa kalagitnaan sa pagtupad ng Diyos sa kalooban Niya. Inihayag ng Diyos ang Kanyang sarili sa mga ama ng pananampalataya, nangako sa kanila ng mga bagay na mangyayari, at tinupad ang mga ito ayon sa ipinangako Niya. Sinabi rin Niya sa mga Israelita na ang Mesyas ay magmumula sa lipi ng Juda at sa angkan ni David at magliligtas sa lahat ng mga bansa sa mundo.

Samakatwid, naghihintay ang Israel sa Mesyas na sinabi sa propesiya sa Lumang Tipan. Ang Mesyas ay si Jesu-Cristo. Mangyari pa, hindi kinikilala si Jesus bilang Anak ng Diyos at bilang Mesyas ng mga sumasampalataya sa Judaismo sa halip, hinihintay pa rin nila ang pagdating Niya.

Gayon pa man, ang Mesyas na hinihintay ng Israel at ang Mesyas na tutukuyin sa buong Kabanatang ito ay iisa lang.

Ano ang sinasabi ng mga tao tungkol kay Jesu-Cristo? Kung sisiyasatin ninyo ang mga propesiya tungkol sa Mesyas at ang katuparan ng mga ito, at ang mga katangian na nababagay para sa isang Mesyas, maninindigan ka sa katotohanang ang Mesyas na pinakahihintay ng Israel ay walang iba kundi si Jesu-Cristo.

Si Pablo na Taga-usig ni Jesu-Cristo – Naging Tagasunod Niya

Si Pablo ay ipinanganak sa Tarso, Cilicia mga 2,000 taon na ang nakakaraan. Sa kasalukuyan, ito ay tinatawag na Turkey. Noong isinilang siya, tinawag siyang Saulo. Tinuli siya pagkaraan ng walong araw ng pagsilang niya, nagmula siya sa bansang Israel, sa lipi ni Benjamin, at isang Hebreo ng mga Hebreo. Walang nakitang kapintasan kay Saulo kung ang pag-uusapan ay ang pagkamakatarungan na nasa Batas. Tinuruan siya ni Gamaliel, isang guro ng Batas na iginagalang ng lahat ng tao. Mahigpit niyang sinunod ang batas ng mga ninuno niya at mamamayan siya ng Imperyong Romano na siyang pinakamakapangyarihang bansa sa mundo noong panahong iyon. Sa madaling salita, walang kulang sa buhay ni Saul kung ang pag-uusapan ay pamilya, lahi o angkan, karunungan, yaman, o kapangyarihan niya.

Dahil minahal niya ang Diyos nang higit sa lahat, masigasig niyang inusig ang mga tagasunod ni Jesu-Cristo. Ito ay sa dahilang ipinalagay niyang paglapastangan sa Diyos ang mga narinig niyang pahayag ng mga Cristiano na si Jesus na ipinako sa krus ay ang Anak ng Diyos at ang Tagapagligtas at si Jesus ay nabuhay muli sa ikatlong araw ng Kanyang libing.

Naisip din ni Saulo na ang mga tagasunod ni Jesu-Cristo ay banta sa mga turo at paniniwala ng Fariseo-Judaismo (Pharisaic Judaism) na maalab niyang sinusunod. Dahil dito, walang awa niyang inusig at winasak ang iglesya at namuno sa pagdakip ng mga mananampalataya kay Jesu-Cristo. Ikinulong niya ang mga Cristiano at sumangayon sa pagpatay sa kanila. Pinarusahan din niya ang lahat ng mga mananampalataya sa lahat ng mga sinagoga. Pinilit niya silang manlapastangan laban kay Jesu-Cristo, at hindi huminto sa pagtugis sa kanila kahit sa iba pang mga banyagang lungsod.

Pagkatapos, nakadanas si Saulo ng isang pambihirang pangyayari na nakapagpabago ng buhay niya. Sa paglalakbay niya patungong Damasco, biglang kumislap sa paligid niya ang liwanag mula sa langit.

"Saulo, Saulo, bakit mo Ako inuusig?"
"Sino Ka, Panginoon?"
"Ako si Jesus na iyong inuusig."

Tumayo mula sa lupa si Saulo, ngunit wala siyang makitang kahit ano; dinala siya ng mga tao sa Damasco. Nanatili siya doon ng tatlong araw na walang nakikita. Hindi siya kumakain o umiinom man lang. Pagkatapos ng pangyayaring ito, nagpakita ang Panginoon sa pamamagitan ng isang pangitain sa isang disipulong nagngangalang Ananias.

Sinabi sa kanya ng Panginoon, "Tumindig ka at pumunta sa lansangang tinatawag na Tuwid. Ipagtanong mo sa bahay ni Judas ang isang lalaking taga-Tarso na ang pangalan ay Saulo. Sa sandaling ito'y nananalangin siya, at nakita niya sa pangitain ang isang lalaking ang pangalan ay Ananias na pumapasok, at ipinapatong ang kanyang mga kamay sa kanya, upang muli niyang tanggapin ang kaniyang paningin.".Ngunit sinabi sa kanya ng Panginoon, "Pumunta ka sapagkat siya'y isang kasangkapang pinili Ko upang dalhin ang Aking pangalan sa harapan ng mga Hentil at ng mga hari, at ng mga anak ni Israel; sapagkat ipapakita Ko sa kanya kung gaano karaming bagay ang dapat niyang tiisin alang-alang sa Aking pangalan" (Ang Mga Gawa 9:11-12, 15-16).

Nang ipatong ni Ananias ang kamay niya kay Saulo at nanalangin, agad nalaglag mula sa mga mata niya ang mga bagay na parang kaliskis at nakakita siyang muli. Pagkatapos makilala ang Panginoon, napagtanto ni Saulo ang lahat ng mga kasalanan niya, at tinawag niya ang sarili niyang "Pablo", na ang ibig sabihin ay "maliit na tao." Magmula noong araw na iyon, matapang na ipinangaral ni Pablo sa mga Hentil ang tungkol sa buhay na Diyos at ang ebanghelyo ni Jesu-Cristo.

Sapagkat nais kong malaman ninyo, mga kapatid, na ang ebanghelyo na aking ipinangaral, ay hindi ayon sa tao. Sapagkat hindi ko ito tinanggap mula sa tao, o itinuro man sa akin, kundi sa pamamagitan ng pahayag ni Jesu-Cristo. Sapagkat inyong narinig ang uri ng aking pamumuhay sa Judaismo, kung paanong marahas kong inusig ang iglesya ng Diyos at sinikap na wasakin ito. At ako'y nanguna sa Judaismo nang higit kaysa marami sa mga kasing-gulang ko sa aking mga kababayan, higit na masigasig ako sa tradisyon ng aking mga ninuno. Ngunit nang malugod ang Diyos na sa akin ay nagbukod, buhat pa sa sinapupunan ng aking ina, at sa akin ay tumawag sa pamamagitan ng kanyang biyaya, na ipinahayag ang kanyang Anak sa akin, upang siya'y aking ipangaral sa mga Hentil; hindi ako sumangguni sa sinumang laman at dugo; o nagtungo man ako sa Jerusalem sa mga apostol na una sa akin, kundi nagtungo ako sa Arabia at muli akong nagbalik sa Damasco (Galacia 1:11-17).

Kahit noong makilala na ang Panginoong Jesu-Cristo at mangaral ng ebanghelyo, tiniis ni Pablo ang lahat ng klase ng pagdurusa na hindi maaring ilarawan sa salita. Naghirap si Pablo sa mas maraming pagpapagal, sa mas maraming pagkabilanggo, sa di mabilang na bugbog, at malimit na mabingit sa kamatayan, sa mga pagpupuyat, sa gutom at uhaw, madalas na walang pagkain, giniginaw at hubad (2 Mga Taga-Corinto 11:23-27).

Madali sana siyang makakapamuhay ng masagana at maayos dahil sa mataas na kalagayan ng buhay niya, kapangyarihan, kaalaman at karunungan subalit tinalikuran ni Pablo ang lahat ng ito at isinuko ang lahat ng bagay na mayroon siya para lang sa Panginoon.

> *Sapagkat ako ang pinakahamak sa mga apostol, at hindi karapat-dapat na tawaging apostol, sapagkat inusig ko ang iglesya ng Diyos. Subalit sa pamamagitan ng biyaya ng Diyos, ako ay ako, at ang kanyang biyaya na ibinigay sa akin ay hindi nawawalan ng kabuluhan. Sa halip, ako'y naglingkod ng higit kaysa kanilang lahat, bagaman hindi ako, kundi ang biyaya ng Diyos na nasa akin* (1 Mga Taga-Corinto 15:9-10).

Nagagawa ni Pablo ang ganito katapang na pahayag dahil nagkaroon siya ng isang napakaliwanag na karanasan nang makilala niya si Jesu-Cristo. Hindi lang natagpuan ng Panginoon si Pablo sa daan patungong Damasco kundi pinagtibay pa Niyang kasama Siya ni Pablo sa pamamagitan ng pagpapakita ng mga kamangha-manghang pagkilos at kapangyarihan.

Ang Diyos ay nagpakita ng mga hindi pangkaraniwang himala sa pamamagitan ni Pablo, kaya ang mga panyo at mga tapis na napadikit sa katawan niya ay dinadala sa mga may sakit, at gumagaling ang mga karamdaman nila at lumalabas ang masasamang espiritu. Muling binuhay ni Pablo ang isang binatang si Eutico na nahulog mula sa ikatlong palapag at namatay. Hindi posibleng bumuhay ng patay kung hindi dahil sa kapangyarihan ng Diyos.

Binanggit sa Lumang Tipan na binuhay ni Propeta Elias ang patay na anak ng isang balo sa Zarefta at binuhay muli ng Propetang si Eliseo ang isang batang lalaki na anak ng isang kilalang babae sa Sunem. Tulad ng nakasulat sa Mga Awit 62:11, *"Ang Diyos ay nagsalitang minsan, dalawang ulit kong narinig ito: na ang kapangyarihan ay sa Diyos,"* ang kapangyarihan ng Diyos ay ibinibigay sa mga lingkod ng Diyos. Sa tatlong paglalakbay niya para sa pagmimisyon, itinatag ni Pablo ang pundasyon para sa ebanghelyo ni Jesu-Cristo para maipangaral ito sa lahat ng mga bansa sa pamamagitan ng pagpapatayo ng mga simbahan sa maraming lugar sa Asia at Europa kasama ang Asia Minor at Greece. Kaya, nabuksan ang daan para maipangaral ang ebanghelyo ni Jesu-Cristo sa bawat sulok ng mundo upang maligtas ang napakaraming mga kaluluwa.

Nagpakita si Pedro ng Dakilang Kapangyarihan at Nagligtas ng Hindi Mabilang Na Kaluluwa

Ano ang masasabi natin tungkol kay Pedro na pinasimulan ang pagsisikap na maipangaral ang ebanghelyo sa mga Judio? Isa lang siyang mangingisda bago niya makilala si Jesus, ngunit pagkatapos siyang hirangin ni Jesus at masaksihan ng personal sa unang pagkakataon ang mga kamangha-manghang bagay na ginagawa ni Jesus, si Pedro ay naging isa sa pinakamahusay Niyang disipulo.

Nang masaksihan ni Pedro ang lakas ng kapangyarihan ni Jesus na walang sinumang makakagawa, binuksan ang mga mata ng bulag, pinatayo ang lumpo, at binuhay ang patay, nakita ang mabubuting gawa ni Jesus at pinanood kung paano pagtakpan ni Jesus ang mga pagkukulang at mga pagkakasala ng mga tao, pinaniwalaan ni Pedro na, 'Tunay ngang nagmula Siya sa Diyos.' Makikita natin sa Mateo16 ang paghahayag niya.

Tinanong ni Jesus ang mga alagad Niya, *"Ngunit ano ang sinasabi ninyo kung sino ako?"* (t. 15) At sumagot si Pedro, *"Ikaw ang Cristo, ang Anak ng Diyos na buhay"* (t. 16).

Pagkatapos, may isang hindi kapanipaniwalang bagay na nangyari kay Pedro. Sinabi pa ni Pedro kay Jesus sa huling hapunan, *"Kung ang lahat ay tumalikod dahil sa Iyo, ako kailanma'y hindi tatalikod"* (Mateo 26:33). Subalit nang gabing dakipin si Jesus at ipako sa krus, itinatwa ni Pedro ng tatlong beses na kilala niya si Jesus dahil takot siyang mamatay.

Pagkatapos mabuhay muli, umakyat si Jesus sa langit, tinanggap ni Pedro ang Banal na Espiritu at kamangha-mangha ang pagbabago niya. Inialay niya ang bawat sandali ng buhay niya sa pangangaral ng ebanghelyo ni Jesu-Cristo nang hindi natatakot sa kamatayan. Isang araw may tatlong libong taong nagsisi at nagpabautismo nang matapang niyang ipinahayag si Jesu-Cristo. Matapang niyang sinabi na si Jesu-Cristo ang Panginoon at Tagapagligtas kahit sa harapan ng mga pinunong Judio na nagbabanta sa buhay niya.

Magsisi kayo, at magpabautismo ang bawat isa sa inyo sa pangalan ni Jesu-Cristo upang mapatawad ang inyong mga kasalanan; at tatanggapin ninyo ang kaloob ng Espiritu Santo. Sapagkat ang pangako ay para sa inyo at sa inyong mga anak, at sa lahat ng nasa malayo, bawat isa na tinawag ng Panginoon nating Diyos sa Kanya (Ang Mga Gawa 2:38-39).

Itong si Jesus, 'ang bato na itinakuwil ninyong mga tagapagtayo ang Siyang naging batong panulukan.' Walang kaligtasan sa kanino pa man, sapagkat walang ibang pangalan sa ilalim ng langit na ibinigay sa mga tao na ating ikaliligtas (Ang Mga Gawa 4:11-12).

Ipinakita ni Pedro ang kapangyarihan ng Diyos sa pamamagitan ng maraming tanda at kababalaghan. Sa Lidda, pinagaling ni Pedro ang isang lalaking walong taon nang lumpo, at sa hindi kalayuang lugar na Joppa, binuhay niya ang isang alagad na ang pangalan ay Tabita na nagkasakit at namatay. Pinagaling din ni Pedro ang isang pilay kaya ito ay nakatayo at nakapaglakad, ang mga taong nagdurusa sa iba't ibang karamdaman, at nagpalayas ng mga demonyo.

Pumapatnubay kay Pedro ang kapangyarihan ng Diyos kahit saan man siya pumunta hanggang dalhin na ng mga tao ang mga may sakit sa lansangan at inilagay sa mga higaan at mga banig upang sa pagdaan ni Pedro ay madaanan man lamang ng anino niya ang ilan sa kanila (Ang Mga Gawa 5:15).

At, ipinahayag ng Diyos kay Pedro sa pamamagitan ng mga pangitain na ang ebanghelyo ng kaligtasan ay ipapangaral sa mga Hentil. Isang araw, nang umakyat si Pedro sa itaas ng bahay para manalangin, siya ay nagutom. Habang inihahanda ang pagkain, si Pedro ay nawalan ng malay at nakita niyang bumukas ang langit at may bumaba sa lupa na isang bagay na mukhang malapad na kumot. Nandoon ang lahat ng uri ng hayop na may apat na paa at ang mga gumagapang na nilalang sa lupa at mga ibon sa himpapawid (Ang Mga Gawa 10:9-12). Pagkatapos, nakarinig si Pedro ng tinig.

"Tumindig ka, Pedro; magkatay ka at kumain!" (t. 13) *"Hindi maaari, Panginoon; sapagkat kailan ma'y hindi ako kumain ng anumang bagay na marumi at karumaldumal"* (t. 14). *"Ang nilinis ng Diyos ay huwag mong ituring na marumi"* (t. 15).

Tatlong beses itong nangyari, pagkatapos ang lahat ng bagay ay bumalik na paitaas sa langit. Hindi maunawaan ni Pedro kung bakit inutusan siya ng Diyos na kumain ng mga bagay na ipinalagay na "marumi" sa Batas ni Moises. Habang pinagiisipan ni Pedro ang pangitain, sinabi sa kanya ng Banal na Espiritu, *"Tingnan mo, may tatlong taong naghahanap sa iyo. Tumindig ka, bumaba ka, at sumama sa kanila na walang pagaatubili sapagkat sila'y Aking sinugo"* (Ang Mga Gawa 10:19-20). Dumating nga ang tatlong lalaki na pinapunta ng Hentil na si Cornelio. Ipinatawag niya si Pedro na magtungo sa bahay niya.

Sa pamamagitan ng pangitaing ito, ipinahayag ng Diyos kay Pedro na nais Niyang ipangaral ang biyaya Niya kahit sa mga Hentil, at hinimuk siya na ipangaral ang ebanghelyo ng Panginoong Jesu-Cristo sa kanila. Si Pedro ay nagpapasalamat sa Panginoon na nagmahal sa kanya hanggang sa huli at ipinagkatiwala sa kanya ang isang banal na gawain bilang alagad

Niya kahit itinatwa Siya ng tatlong beses. Hindi ipinagkait ni Pedro ang buhay niya sa paggabay sa hindi mabilang na mga kaluluwa sa daan patungong kaligtasan, at namatay siyang isang martir.

Si Apostol Juan: Nagpropesiya Tungkol sa Mga Huling Araw Ayon sa Pahayag ni Jesu-Cristo

Dating mangingisda si Juan sa Galilea, ngunit pagkatapos siyang tawagin ni Jesus, sumama na siya sa paglalakad Niya at nasaksihan ang mga ginagawa Niyang mga tanda at kababalaghan. Nakita ni Juan na ginawang alak ni Jesus ang tubig sa isang kasalan sa Cana, pinagaling ang hindi mabilang na mga may sakit kasama ang isang taong tatlumpu't walong taon nang maysakit, nagpalayas ng mga demonyo mula sa marami, at binuksan ang mga mata ng bulag. Nasaksihan din ni Juan ang paglalakad ni Jesus sa tubig at nang buhayin muli si Lazaro na apat na araw nang patay.

Sumunod si Juan kay Jesus nang Siya ay nagbagong anyo (ang mukha Niya ay nagliwanag na parang araw, at ang damit Niya ay naging puti na parang ilaw) at nakipag-usap kina Moises at Elias sa itaas ng Bundok ng Pagbabagong-anyo. Kahit sa huling paghinga ni Jesus sa krus, narinig niya ang sinabi ni Jesus sa kanilang dalawa ni Birheng Maria: *"Babae, narito ang iyong anak!"* (Juan 19:26) *"Narito ang iyong ina!"* (Juan 19:27)

Sa pisikal na diwa, pinapatahan ni Jesus si Maria, na nagdalantao at ipinanganak Siya, sa ikatlong huling salitang sinabi niya sa krus. Subalit sa espirituwal na diwa ipinapahayag niya sa lahat ng sangkatauhan na ang lahat ng mananampalataya ay magkakapatid, mga lalaki, mga babae, at mga ina.

Hindi kailanman tinukoy ni Jesus si Maria bilang "ina." Dahil si Jesus na Anak ng Diyos ay Siyang Diyos mismo, walang maaaring magluwal sa Kanya at hindi Siya maaaring magkaroon ng isang ina. Ang dahilan ng sabihin ni Jesus kay Juan, "Narito, ang iyong ina!" ay sapagkat si Juan ay maglilingkod kay Maria bilang ina niya. Magmula noon, dinala ni Juan si Maria sa sarili niyang sambahayan at pinagsilbihan siya bilang ina niya.

Pagkatapos ng muling pagkabuhay at pag-akyat ni Jesus sa langit, masigasig siyang nangaral ng ebanghelyo ni Jesu-Cristo kasama ang iba pang mga apostol kahit may mga banta ang mga Judio. Dahil sa maalab nilang pangangaral ng ebanghelyo, ang Unang Iglesia ay nakaranas ng kagilagilalas na panibagong sigla, ngunit nagpatuloy din ang pag-usig sa mga apostol.

Si Apostol Juan ay tinanong ng Konseho ng mga Judio at pagkatapos nito, ipinatapon siya sa kumukulong langis ng Romanong Emperador na si Domicia. Subalit hindi nagdusa si Juan sa pangyayaring iyon dahil sa kapangyarihan at kalooban ng Diyos. Ipinatapon siya ng Emperador sa isang isla sa Greece, ang Patmos na nasa Dagat ng Mediteraneo. Nakipag-ugnayan si Juan sa Diyos doon sa pananalangin at sa pamamagitan ng inspirasyon ng Banal na Espiritu at patnubay ng mga anghel, nakita niya ang maraming matitinding pangitain. Itinala niya ang mga pahayag ni Jesu-Cristo.

Ang Apocalipsis ni Jesu-Cristo, na ibinigay ng Diyos sa kanya upang ipahayag sa kanyang mga alipin ang mga bagay na kinakailangang mangyari sa madaling panahon, at kanyang ipinaalam ito sa pamamagitan ng mga sagisag at pagsusugo ng kaniyang anghel sa kaniyang aliping si Juan (Apocalipsis 1:1).

Sa inspirasyon ng Banal na Espiritu, detalyadong isinulat ni Apostol Juan ang mga bagay na mangyayari sa mga huling araw upang tanggapin ng lahat ng tao si Jesus bilang Tagapagligtas nila at ihanda ang kanilang mga sarili na tanggapin Siya bilang Hari ng mga hari at Panginoon ng mga panginoon sa pangalawang pagdating Niya.

Tapat sa Pananampalataya Ang Mga Miyembro ng Unang Iglesia

Nang mabuhay muli si Jesus at umakyat patungo sa langit, ipinangako Niya sa mga alagad Niya na babalik Siya sa paraang katulad ng nakita nilang pag-akyat Niya sa langit.

Natanto ng hindi mabilang na mga saksi ng muling pagkabuhay at pag-akyat sa langit ni Jesus na sila rin ay mabubuhay muli kaya hindi na sila natakot sa kamatayan. Ganito sila namuhay bilang mga saksi sa harap ng mga banta at pang-aapi ng mga namumuno sa mundo at pag-uusig na madalas na naging dahilan ng kamatayan nila. Hindi lang ang mga disipulo ni Jesus na naglingkod sa Kanya sa panahong nagmiministeryo Siya sa mga tao, kundi pati na ang hindi mabilang na iba pa na naging biktima at pinakain sa mga leon sa Colosseum sa Roma, pinugutan ng ulo, ipinako sa krus, at ipinasunog hanggang maging abo. Gayun pa man, lahat sila ay nanatiling tapat sa pananampalataya nila kay Jesu-Cristo.

Nang lalong tumindi ang pag-usig sa mga Cristiano, nagtago ang mga miyembro ng Unang Iglesya sa 'catacomb' o libingan na nasa ilalim ng lupa sa Roma. Ang buhay nila ay kaawa-awa; parang hindi sila totoong buhay. Subalit dahil may marubdob at maalab silang pag-ibig para sa Panginoon, hindi sila natakot sa anumang uri ng mga pagsubok at pagpapahirap.

Bago opisyal na kilalanin ang Cristianismo sa Roma, hindi makakayang ilarawan ang bagsik at lupit ng pang-aapi laban sa mga Cristiano. Tinanggalan sila ng pagkamamamayan, sinunog ang mga Biblia at mga simbahan, dinakip ang mga namumuno at mga lingkod sa iglesya, labis na pinahirapan, at pinatay.

Nagkaroon ng personal na relasyon kay Apostol Juan Si Policarpio na mula sa iglesya ng Smirna sa Asia Minor. Si Policarpio ay isang tapat na obispo. Nang siya ay dakipin ng mga awtoridad na Romano at iniharap sa Gobernador, hindi niya tinalikuran ang pananampalataya niya.

"Hindi ko gustong hiyain ka. Ipag-utos mong patayin ang mga Cristiano at palalayain kita. Sumpain mo si Cristo!"

"Naging lingkod Niya ako sa loob ng walumpu't anim na taon, at wala Siyang ginawang masama sa akin. Bakit ko lalapastanganin ang aking Hari na nagligtas sa akin?"

Tinangka nilang sunugin siya hanggang sa mamatay, ngunit dahil nabigo, si Policarpio na obispo ng Smirna ay namatay na isang martir pagkatapos siyang saksakin hanggang mamatay. Nang masaksihan at mabalitaan ng maraming Cristiano ang pagsulong ni Policarpio nang may pananampalataya at ang pagmamartir niya, mas naunawaan nilang mabuti ang Pagdurusa ni Jesu-Cristo, at pinili din nilang maging martir.

Kayong mga lalaking taga-Israel, mag-ingat kayo sa inyong sarili tungkol sa inyong gagawin sa mga taong ito. Sapagkat bago pa ang mga araw na ito ay lumitaw na si Teudas, na nagsabing siya'y dakila; at sumama sa kaniya ang may apatnaraang tao ang bilang, ngunit siya'y pinatay at ang lahat ng sumunod sa kanya ay nagkawatak-watak at nawalan ng kabuluhan. Pagkatapos nito ay lumitaw si Judas na taga-Galilea nang mga araw ng pagpapatala, at nakaakit siya ng mga taong sumunod sa kanya; siya man ay napahamak at ang lahat ng sumunod sa kanya ay nagkawatak-watak. Ngayo'y sinasabi ko sa inyo, iwasan ninyo ang mga taong ito, at hayaan ninyo sila: sapagkat kung ang panukalang ito, o ang gawang ito ay mula sa tao, ito'y mawawasak. Ngunit kung ito'y sa Diyos, hindi ninyo Siya makakayang wasakin. Baka matagpuan pa kayong nakikipaglaban sa Diyos (Ang Mga Gawa 5:35-39).

Nagtagubilin at nagpayo ang kilalang si Gamaliel sa mga mamamayan ng Israel katulad ng sinasabi ng mga talata na ang ebanghelyo ni Jesu-Cristo na nagmula sa Diyos mismo ay hindi maaaring mabuwag. Sa wakas, noong 313 AD, kinilala ni Emperador Constantino ang Cristianismo bilang opisyal na relihiyon ng kanyang imperyo at ang ebanghelyo ni Jesu-Cristo ay sinimulang ipinangaral sa buong mundo.

Naitala Ang Patotoo Tungkol kay Jesus sa Ulat ni Pilato

Kabilang sa mga dokumento tungkol sa kasaysayan noong panahon ng Imperyong Romano ang isang kasulatan tungkol sa muling pagkabuhay ni Jesus na sinasabing isinulat ni Poncio Pilato, na Gobernador ng Judea, isang probinsiya sa Roma noong panahon ni Jesus, at ipinadala sa Emperador.

Ang sumusunod ay isang sipi tungkol sa kaganapan sa muling pagkabuhay ni Jesus mula sa "Ulat ni Pilato kay Caesar tungkol sa Pagdakip, Paglilitis, at Pagpako sa krus kay Jesus," na kasalukuyang nasa pag-iingat ng Hagia Sophia sa Istanbul, Turkey:

Pagkatapos ng ilang araw nang natagpuang walang laman ang libingan, nagproklama ang mga disipulo Niya sa buong bansa na si Jesus ay nabuhay mula sa

mga patay katulad ng sinabi Niya. Ito ay lumikha ng mas malaking kaguluhan kaysa sa pagpako sa krus. Hindi ko tiyak kung totoo ito, ngunit nagsagawa na ako ng imbestigasyon tungkol dito; kayo na lang ang magsiyasat, kung ako ang nagkamali, tulad ng sinasabi ni Herodes.

Inilibing ni Jose si Jesus sa sarili niyang libingan. Hindi ko masabi kung dahil iniisip niyang muli Siyang mabubuhay o dahil gagawa pa lang siya ng isa pa. Pagkalibing sa Kanya, may nagpuntang isa sa mga pari sa pretorio (bulwagan) at sinabing natatakot sila dahil balak ng mga disipulong nakawin at itago ang katawan ni Jesus, at pagkatapos ay palalabasin na nabuhay Siyang muli mula sa mga patay, tulad ng sinabi Niya. Lubos nila itong pinaniniwalaan.

Ipinadala ko siya sa kapitan ng mga bantay ng hari (Malcus) para sabihin na magpadala ng mga sundalong Judio, ipuwesto ang marami sa paligid ng libingan kung kinakailangan; at kung anuman ang mangyari, sisihin nila ang mga sarili nila at hindi ang mga Romano.

Noong magkaroon ng malaking kaguluhan nang natagpuang walang laman ang libingan, nadama ko ang mas malalim na pagaalala na kailanman ay hindi ko naranasan. Ipinatawag ko ang lalaking nagngangalang

Islam, upang ikuwento sa akin ang mga pangyayari. Ito ang natatandaan ko sa mga sinabi niya: Nakita nila ang isang malamlam at magandang liwanag sa ibabaw ng libingan. Inakala niyang dumating na ang mga babaing mag-eembalsamo ng katawan ni Jesus, ayon sa kaugalian nila, subalit hindi niya maisip kung paano sila nakalagpas sa mga guwardiya. Habang iniisip niya ito, nagliwanag ang buong kapaligiran at tila dumagsa ang maraming patay na nakadamit pamburol.

Lahat sila ay tila nagsisigawan at puno ng lubos na kaligayahan, habang sa paligid at sa itaas ay naririnig niya ang pinakamagandang musika na kanyang narinig at ang buong himpapawid ay tila napuno ng mga tinig na nagpupuri sa Diyos. Tila umugoy ang lupa noong panahong iyon kaya nahilo siya at nahimatay at hindi na makatayo. Sinabi niya na nawalan siya ng pakiramdam kaya hindi niya alam kung ano ang naganap.

Mababasa natin sa Mateo 27:51-53, *"At nang sandaling iyon, ang tabing ng templo ay napunit sa dalawa, mula sa itaas hanggang sa ibaba; nayanig ang lupa; at nabiyak ang mga bato. Nabuksan ang mga libingan at maraming katawan ng mga banal na natutulog ay bumangon, at paglabas nila mula sa mga libingan pagkatapos ng kanyang muling pagkabuhay ay pumasok sila sa banal na lungsod at nagpakita sa marami,"* nagbigay ng katulad na patotoo ang mga Romanong guwardiya.

Pagkatapos itala ang mga patotoo ng mga guwardiyang Romano na nakasaksi sa pambihirang espirituwal na pangyayari, sinabi ni Pilato sa bandang huli ng ulat niya, "Ako'y halos handa nang magsabi: 'Tunay ngang ito ang Anak ng Diyos.'"

Hindi Mabilang na mga Saksi ng Panginoong Jesu-Cristo

Hindi lang ang mga disipulong nagsilbi sa Kanya sa panahon ng paglilingkod Niya sa publiko ang saksi sa ebanghelyo ni Jesu-Cristo. Sinabi ni Jesus sa Juan 14:13, *"At anumang hingin ninyo sa Aking pangalan, ay Aking gagawin, upang ang Ama ay maluwalhati sa Anak,"* hindi mabibilang ang mga saksi na tumanggap ng kasagutan ng Diyos sa mga panalangin nila at nagpatotoo sa buhay na Diyos at sa Panginoong Jesu-Cristo mula sa pagkabuhay Niyang muli hanggang sa pag-akyat Niya sa langit.

> *Ngunit tatanggap kayo ng kapangyarihan pagbaba sa inyo ng Espiritu Santo; at kayo'y magiging mga saksi Ko sa Jerusalem, sa buong Judea at Samaria, at hanggang sa kadulu-duluhang bahagi ng lupa* (Ang Mga Gawa 1:8).

Tinanggap ko ang Panginoon pagkatapos kong gumaling sa pamamagitan ng kapangyarihan ng Diyos mula sa lahat ng mga karamdaman ko na maging ang medisina ay walang nang magawa. At hindi nagtagal, ako ay hinirang na maging lingkod ng Panginoong Jesu-Cristo at nangangaral ng ebanghelyo sa lahat ng mga tao at nagpapakita ng mga tanda at kababalaghan.

Tulad ng ipinangako sa talata, maraming tao ang naging anak ng Diyos sa pamamagitan ng pagtanggap ng Banal na Espiritu at naglaan ng kanilang mga buhay sa pangangaral ng ebanghelyo ni Jesu-Cristo na may kapangyarihan ng Banal na Espiritu. Ganito ang paraan ng paglaganap ng ebanghelyo sa buong mundo kaya maraming tao ngayon ang nakakakilala sa buhay na Diyos at tumatanggap kay Jesu-Cristo.

Humayo kayo sa buong sanlibutan, at inyong ipangaral ang ebanghelyo sa lahat ng nilikha. Ang sumasampalataya at mabautismuhan ay maliligtas; ngunit ang hindi sumasampalataya ay parurusahan. At ang mga tandang ito ay tataglayin ng mga nananampalataya: sa paggamit ng aking pangalan ay magpapalayas sila ng mga demonyo, magsasalita sila ng mga bagong wika; Sila'y hahawak ng mga ahas, at kung makainom sila ng bagay na makamamatay, hindi ito makakasama sa kanila, ipapatong nila ang kanilang mga kamay sa mga may sakit, at sila'y gagaling (Marcos 16:15-18).

Iglesya ng Banal na Libingan sa Golgota, ang Burol ng Kalbaryo, sa Jerusalem

Kabanata 2

Ang Mesyas na Isinugo ng Diyos

Ipinangako ng Diyos ang Mesyas

Madalas nawalan ng kapangyarihan ang Israel at nagdusa sa pagsakop at pamumuno ng Persia at Roma. Sa pamamagitan ng mga propeta Niya, nangako ang Diyos tungkol sa Mesyas na darating bilang Hari ng Israel. Walang mas hihigit pang pag-asa para sa mga nagdusang mga Israelita kaysa sa mga pangako ng Diyos tungkol sa Mesyas.

Sapagkat sa atin ay ipinanganak ang isang bata, sa atin ay ibinigay ang isang anak na lalaki; at ang pamamahala ay maaatang sa Kanyang balikat; at ang Kanyang pangalan ay tatawaging Kamanghamanghang Tagapayo, Makapangyarihang Diyos, Walang hanggang Ama, Prinsipe ng Kapayapaan. Ang paglago ng Kanyang pamamahala at ng kapayapaan ay hindi magwawakas, sa trono ni David, at sa Kanyang kaharian, upang itatag, at upang alalayan ng katarungan at ng katuwiran mula sa panahong ito hanggang sa magpakailan man. Isasagawa ito ng sigasig ng PANGINOON ng mga hukbo (Isaias 9:6-7).

"Narito ang mga araw ay dumarating, sabi ng PANGINOON, na ako'y magbabangon para kay David ng isang matuwid na Sanga, at Siya'y mamumuno bilang hari at gagawang may katalinuhan,, at maggagawad ng katarungan at katuwiran sa lupain. Sa kanyang mga araw ay maliligtas ang Juda at ang Israel ay tiwasay na maninirahan. At ito ang pangalan na itatawag sa Kanya: 'Ang Panginoon ang ating katuwiran'" (Jeremias 23:5-6).

Magalak ka nang husto, O anak na babae ng Zion! Sumigaw ka ng malakas, O anak na babae ng Jerusalem! Narito, ang iyong hari ay dumarating sa iyo; Siya'y matuwid at matagumpay, mapagkumbaba at nakasakay sa isang asno, sa isang batang asno na anak ng asnong babae. Aking aalisin ang karwahe mula sa Efraim, at ang kabayo mula sa Jerusalem; at ang mga busog na pandigma ay mapuputol; at Siya'y magsasalita ng kapayapaan sa mga bansa; at ang Kanyang nasasakupan ay magiging mula sa kabilang dagat hanggang sa dagat, at mula sa ilog hanggang sa mga dulo ng lupa (Zacarias 9:9-10).

Hinihintay pa rin ng Israel ang Mesyas hanggang ngayon. Ano ang nagpapatagal sa pagdating ng Mesyas na masugid nilang hinihintay at inaasam? Gustong masagot ng mga Judio ang tanong na ito, subalit ang sagot ay nasa katotohanang hindi nila batid na dumating na ang Mesyas.

Nagdusa Ang Mesyas na si Jesus Tulad ng Propesiya ni Isaias

Ang Mesyas na ipinangako at isinugo ng Diyos sa Israel ay si Jesus. Siya ay ipinanganak sa Bethlehem sa Judea may dalawang libong taon na ang nakaraan. Nang dumating ang tamang oras, Siya ay namatay sa krus, nabuhay muli, at binuksan para sa sangkatauhan ang daan patungo sa kaligtasan. Gayon pa man, si Jesus ay hindi kinilala bilang ang Mesyas na hinihintay ng mga Judio noong panahong iyon sapagkat ibang-iba si Jesus sa imahe ng Mesyas na inaasam nila.

Napagod na ang mga Judio sa mahabang panahon ng pamumuno sa kanila ng mas malalakas na bansa, kaya umasa sila sa isang matapang na Mesyas na magliligtas sa kanila sa mga alitang pulitikal. Inisip nila na ang Mesyas ay darating bilang Hari ng Israel, wawakasan ang lahat ng digmaan, ililigtas sila sa pag-uusig at pang-aapi, bibigyan sila ng tunay na kapayapaan, at gagawing pinakamakapangyarihan ang bansa nila.

Gayon pa man, hindi ipinanganak si Jesus sa mundong ito na marangya at maharlika katulad ng isang hari ngunit bilang isang anak ng mahirap na karpintero. Ni hindi Siya dumating para palayain ang Israel sa pagmamalupit ng Roma o ibalik ang dati nilang karangalan. Siya ay dumating sa mundong ito upang mapanumbalik ang sangkatauhan na patungo sa pagkawasak dahil sa kasalanan ni Adan at gawin silang mga anak ng Diyos.

Dahil dito, hindi kinilala ng mga Judio si Jesus bilang Mesyas at sa halip ay ipinako Siya sa krus. Gayon pa man, kung pag-aaralan natin ang imahe ng Mesyas na nakatala sa Biblia, mapapagtibay natin ang katotohanan na si Jesus nga ang Mesyas.

> *Sapagkat Siya'y tumubo sa harapan Niya na gaya ng sariwang pananim, at gaya ng ugat sa tuyong lupa. Siya'y walang anyo o kagandahan man na dapat nating pagmasdan Siya, at walang kagandahan na maiibigan natin sa Kanya. Siya'y hinamak at itinakuwil ng mga tao; isang taong nagdurusa, at sanay sa kalungkutan; at gaya ng isa na pinagkublihan ng mukha ng mga tao, Siya'y hinamak, at hindi natin Siya pinahalagahan* (Isaias 53:2-3).

Sinabi ng Diyos sa mga Israelita na ang Mesyas, Hari ng Israel, ay walang marangal na anyo o pagkamaharlika o anyong makakatawag ng pansin sa halip Siya ay hahamakin at tatalikuran ng mga tao. Subalit, hindi pa rin kinilala ng mga Israelita si Jesus bilang ang Mesyas na ipinangako sa kanila ng Diyos.

Siya ay hinamak at tinalikuran ng mga pinili ng Diyos, ang mga Israelita, ngunit itinakda ng Diyos si Jesu-Cristo sa ibabaw ng lahat ng mga bansa at hindi mabilang ang mga taong tumatanggap sa Kanya bilang Tagapagligtas nila hanggang ngayon.

Tulad ng nakasulat sa Mga Awit 118:22-23, *"Ang batong itinakuwil ng mga nagtayo, ay naging panulok na bato. Ito ang gawa ng PANGINOON; ito ay kagilagilalas sa ating mga mata,"* ang kalooban ng Diyos para sa kaligtasan ng sangkatauhan ay tinupad ni Jesus na tinalikuran ng Israel.

Hindi makikita kay Jesus ang anyo ng Mesyas na inaasahang makita ng mga mamamayan ng Israel, subalit maaari nating mabatid na si Jesus ang Mesyas na tinukoy ng Diyos sa pamamagitan ng propesiya ng mga propeta Niya.

Ang lahat ng bagay, kasama na ang kaluwalhatian, kapayapaan, at pagpapanumbalik na ipinangako ng Diyos sa atin sa pamamagitan ng Mesyas ay tumutukoy sa espirituwal na kaharian at sinabi ni Jesus na dumating sa mundong ito para tuparin ang tungkulin ng Mesyas, *"Ang kaharian Ko ay hindi mula sa sanlibutang ito"* (Juan 18:36).

Ang Mesyas na naipropesiya ng Diyos ay hindi isang hari na may awtoridad sa mundo at kaluwalhatian. Hindi dumating sa mundong ito ang Mesyas upang ang mga anak ng Diyos ay tumamasa ng kayamanan, kapurihan, at karangalan sa pansamantalang buhay nila dito sa mundo. Dumating Siya para iligtas ang mga tao mula sa mga kasalanan nila at gabayan sila para tamasahin nila ang walang hanggang kagalakan at kaluwalhatian sa langit nang walang hanggan.

At sa araw na iyon ang ugat ni Jesse ay tatayo bilang sagisag ng bayan, Siya ay hahanapin ng mga bansa; at ang Kanyang tirahan ay magiging maluwalhati (Isaias 11:10).

Ang ipinangakong Mesyas ay hindi dumating para lamang sa mga pinili ng Diyos, ang mga Israelita, ngunit upang tuparin din ang pangakong kaligtasan para sa lahat ng tatanggap ng pangako ng Diyos tungkol sa Mesyas sa pamamagitan ng pananampalatayang katulad ng kay Abraham. Sa madaling salita, ang Mesyas ay dumating para tuparin ang pangako ng Diyos na kaligtasan bilang Tagapagligtas ng lahat ng mga bansa sa daigdig.

Kinakailangan ang Tagapagligtas para sa Lahat ng Sangkatauhan

Bakit kinakailangang dumating ang Mesyas sa mundong ito hindi lang para sa kaligtasan ng mga mamamayan ng Israel kundi para sa sangkatauhan?

Sa Genesis 1:28, binasbasan ng Diyos si Adan at Eba at sinabi sa kanila, *"Kayo'y magkaroon ng mga anak, at magpakarami, punuin ninyo ang lupa at supilin ninyo ito. Magkaroon kayo ng pamamahala sa mga isda sa dagat, sa mga ibon sa himpapawid, at sa bawat bagay na may buhay na gumagalaw sa ibabaw ng lupa."*

Pagkatapos likhain ang unang nilalang na si Adan at itatag siya bilang pinuno ng lahat ng iba pang nilalang, binigyan siya ng Diyos ng kapangyarihan na "supilin" at "pamahalaan" ang mundo. Ngunit nang kumain si Adan mula sa punungkahoy ng pagkakaalam ng mabuti at masama, na ipinagbawal ng Diyos sa kanya, at nagkasala ng pagsuway dahil sa panunukso ng ahas na sinulsulan ni Satanas, hindi na siya maaaring magtamasa pa ng ganitong kapangyarihan.

Nang sila ay sumunod sa salita ng pagkamakatarungan ng Diyos, alipin si Adan at si Eba ng katarungan at nagtamasa ng awtoridad na ibinigay sa kanila ng Diyos. Nang magkasala sila, naging alipin sila ng kasalanan at ng diyablo magmula noon, at napilitang talikdan ang awtoridad nila (Mga Taga-Roma 6:16). Kaya, ang lahat ng kapangyarihan ni Adan na tinanggap mula sa Diyos ay ibinigay na sa diyablo.

Sa Lucas 4, tatlong beses na tinukso si Jesus ng kaaway na diyablo pagkatapos Niyang mag-ayuno sa loob ng apatnapung araw. Ipinakita ng diyablo kay Jesus ang lahat ng mga kaharian sa buong mundo at sinabi sa Kanya, *"Ibibigay ko sa Iyo ang lahat ng kapangyarihang ito, at ang kaluwalhatian nila, sapagkat ito'y naibigay na sa akin, at ibinibigay ko kung kanino ko ibig. Kaya't kung sasamba Ka sa akin, ang lahat ng ito ay magiging Iyo"* (Lucas 4:6-7). Ipinapahiwatig ng diyablo na ang "pamamahala ng buong lupain at ang kaluwalhatian nito" ay "ibinigay sa kanya" mula kay Adan at maaari din niyang ibigay sa iba.

Totoong nawala ang lahat ng kapangyarihan kay Adan at napasa kamay ito ng diyablo, at dahil dito naging alipin siya ng diyablo. Magmula noon, nagpatuloy na sa paggawa ng kasalanan si Adan na nasa ilalim na ng pamumuno ng diyablo. Nalihis na siya sa landas ng kamatayan, na siyang kabayaran ng kasalanan. Hindi ito huminto kay Adan subalit apektado din ang lahat ng kanyang mga inapo, na magmamana ng orihinal na kasalanan ni Adan. Nailagay din sila sa ilalim ng kapangyarihan ng kasalanan na pinamamahalaan ng mga demonyo at ni Satanas at nakatakdang mamatay.

Ito ang dahilan kung bakit kinakailangang dumating ang Mesyas. Hindi lang para sa mga pinili ng Diyos, ang mga Israelita, kundi para sa lahat ng mga mamamayan ng mundo na nangangailangan ng Mesyas na magliligtas sa kanila mula sa kapangyarihan ng diyablo at ni Satanas.

Mga Katangian ng Mesyas

Kung may mga batas dito sa mundo, may mga patakaran at tuntunin din sa espirituwal na kaharian. Nakabatay sa batas ng espirituwal na kaharian kung ang isang tao ay mamamatay o papatawarin ang mga kasalanan at maliligtas.

Ano ang mga katangian na kailangan ng isang tao para maging Mesyas na magliligtas sa sangkatauhan mula sa mga sumpa ng Batas?

Ang kondisyon tungkol sa mga katangian ng Mesyas ay matatagpuan sa batas na ibinigay ng Diyos sa mga pinili Niya. Ang batas ay tungkol sa pagtubos sa lupa.

Ang lupain ay hindi maipagbibili magpakailanman, sapagka't Akin ang lupain. Kayo'y mga dayuhan at nakikipamayang kasama Ko. Kayo ay magkakaloob ng pantubos sa lupain sa buong lupain na inyong pag-aari. Kung ang iyong kapatid ay naghirap, at ipinagbili ang bahagi ng kanyang mga pag-aari, ang kanyang pinakamalapit na kamag-anak ay darating at tutubusin ang ipinagbili ng kanyang kapatid (Levitico 25:23-25).

Nasa Batas ng Pagtubos ng Lupa ang mga Lihim Tungkol sa mga Katangian ng Mesyas

Ang mga Israelita, mga pinili ng Diyos, ay nanatiling tapat sa batas. Kaya, sa mga bentahan at bilihan ng lupa, mahigpit ang pagsunod nila sa batas ng pagtubos ng lupa na nakatala sa Biblia. Ang batas ng Israel tungkol sa lupa ay hindi katulad ng batas sa ibang mga bansa. Malinaw sa batas nila na ang lupa ay hindi maaaring ipagbili nang permanente ngunit maaari itong bilhing muli sa ibang panahon. Nakasaad sa batas nila na maaaring tubusin ng mayamang kamag-anak ang lupa para sa miyembro ng pamilya niyang nagbenta nito. Kung ang taong nagbenta ng lupa ay walang mayamang kamag-anak na tutubos nito para sa kaniya pinapayagan ng batas nila na tubusin niya ang lupa kapag may pantubos na siya.

Ano ngayon ang kaugnayan ng batas tungkol sa pagtubos ng lupa na nakasulat sa Levitico sa mga katangian ng Mesyas?

Para maintindihan ito nang mas mabuti, dapat nating tandaan na ang tao ay hinubog mula sa alikabok sa lupa. Sa Genesis 3:19, sinabi ng Diyos kay Adan, *"Sa pawis ng iyong mukha ikaw ay kakain ng tinapay, hanggang ikaw ay bumalik sa lupa; sapagkat diyan ka kinuha. Ikaw ay alabok at sa alabok ka babalik."* At sa Genesis 3:23, *"Kayat pinalayas siya ng Panginoong Diyos sa halamanan ng Eden, upang kanyang bungkalin ang lupaing pinagkunan sa kanya."*

Sa sinabi ng Diyos kay Adan, "Ikaw ay alabok," at "ang lupa", ang ipinapahiwatig dito, sa espirituwal na diwa ay – ang tao ay hinubog mula sa alikabok sa lupa. Kaya, ang batas sa pagtubos ng lupa na tungkol sa pagbenta at pagbili ng lupa ay may maliwanag na kaugnayan sa batas ng espirituwal na kaharian tungkol sa kaligtasan ng sangkatauhan.

Ayon sa batas sa pagtubos ng lupa, ang lahat ng lupain ay pag-aari ng Diyos at walang sinumang maaaring magbenta nito ng permanente. Sa ganito ring dahilan, ang lahat ng kapangyarihan na tinanggap ni Adan mula sa Diyos ay sa Diyos at walang sinuman ang maaaring magbenta nito ng permanente. Kung naghirap ang isang tao kaya nagbenta ng lupain niya, maaaring tubusin ang lupa niya ng karapat-dapat na taong darating. At dapat ding ibalik ng diyablo ang awtoridad na naibigay sa kanya mula kay Adan kapag dumating na ang taong maaaring tumubos ng awtoridad na ito.

Batay sa batas ng pagtubos sa lupa, naghanda ang Diyos ng pag-ibig at katarungan ng isang indibiduwal na maaaring bumawi ng lahat ng kapangyarihan na naipasa sa diyablo mula kay Adan. Ang indibiduwal na iyon ay ang Mesyas, at ang Mesyas ay si Jesu-Cristo na inihanda mula sa walang hanggan at isinugo ng Diyos mismo.

Mga Katangian ng Tagapagligtas, Natupad Kay Jesu-Cristo

Siyasatin natin kung bakit si Jesus ang Mesyas at Tagapagligtas ng buong sangkatauhan batay sa batas nang pagtubos ng lupa.

Una, kung ang manunubos ng lupa ay isang kamag-anak, dapat isang tao din ang Tagapagligtas. Siya ang tutubos sa lahat ng tao mula sa mga kasalanan nila dahil ang buong sangkatauhan ay naging makasalanan dahil kay Adan, ang unang nilalang. Sinasabi sa atin sa Levitico 25:25, *"Kung ang iyong kapatid ay naghirap, at ipinagbili ang bahagi ng kanyang mga pag-aari, ang kanyang pinakamalapit na kamag-anak ay darating at tutubusin ang ipinagbili ng kanyang kapatid."* Kung hindi na kayang ipagpatuloy ng isang tao ang pamamahala sa lupa niya at ibinenta niya ito, maaari itong bilhing muli ng pinakamalapit na kamag-anak niya. Sa ganito ring dahilan, dahil nagkasala ang unang taong si Adan at naipasa sa kamay ng diyablo ang kapangyarihang ibinigay sa kanya ng Diyos, ang pagtubos ng kapangyarihang naibigay sa diyablo ay maaari at dapat tuparin ng isang taong "pinakamalapit na kamag-anak" ni Adan.

Makikita natin sa 1 Mga Taga-Corinto 15:21, *"Sapagkat yamang sa pamamagitan ng tao'y dumating ang kamatayan, sa pamamagitan din ng isang tao'y dumating ang pagkabuhay na muli ng mga patay,"* pinapagtibay muli ng Biblia na ang pagtubos sa mga makasalanan ay magagawa lang ng isang tao, hindi ng mga anghel o mga hayop. Napunta sa landas ng kamatayan ang sangkatauhan dahil sa kasalanan ni Adan. Mayroon dapat tumubos sa kanila. Iisang kapwa tao lang at "pinakamalapit na kamag-anak" ni Adan ang makagagawa nito.

Kahit si Jesus ay likas na tao at likas na banal bilang Anak ng Diyos, ipinanganak Siya na isang tao para tubusin ang sangkatauhan mula sa mga kasalanan nila (Juan 1:14) at nakaranas ng paglaki. Bilang tao, natutulog, nagugutom, nauuhaw, nagagalak at nalulungkot si Jesus. Noong ipinako Siya sa krus, dumanak ang dugo Niya at naranasan niyang masaktan.

Kahit kung titingnan ang kasaysayan, mayroong isang hindi maikakailang katibayan na si Jesus ay dumating dito sa mundo bilang isang tao. Magmula sa kapanganakan ni Jesus bilang batayan, hinati sa dalawa ang kasaysayan ng mundo: "B.C." at "A.D." Tumutukoy ang "B.C." o "Before Christ" sa panahon bago ipanganak si Jesus at tinutukoy ng "A.D." o "Anno Domini" (Sa Panahon ng Ating Panginoon) ang panahon pagkatapos na maipanganak na si Jesus. Pinapatunayan ng katotohanang ito na si Jesus ay dumating sa mundo bilang isang tao. Samakatwid, mayroon si Jesus ng unang katangian ng Tagapagligtas sapagkat dumating Siya sa mundo bilang tao.

Pangalawa, kung hindi kayang tubusin ng manunubos ang lupa dahil mahirap din siya, hindi rin maaaring tubusin ng inapo ni Adan ang sangkatauhan mula sa mga kasalanan nila dahil nang magkasala si Adan, silang lahat ay ipinanganak na may orihinal na kasalanan. Hindi dapat inapo ni Adan ang taong magliligtas ng sangkatauhan.

Kung gustong bayaran ng isang kapatid na lalaki ang utang ng kapatid niyang babae, dapat wala siyang sariling utang. Sa ganito ring paraan, ang isang taong tutubos ng mga kasalanan ng iba ay dapat walang kasalanan. Kung ang manunubos ay makasalanan, siya ay alipin ng kasalanan. Paano niya tutubusin ang iba mula sa mga kasalanan nila?

Pagkatapos magkasala ni Adan ng pagsuway, lahat ng mga inapo niya ay ipinanganak na may orihinal na kasalanan. Kaya wala sa mga inapo niya ang maaaring maging Tagapagligtas.

Sa pisikal, si Jesus ay inapo ni David at ang mga magulang Niya ay sina Jose at Maria. Gayun pa man, sinasabi sa atin sa Mateo 1:20, *"ang ipinaglilihi niya ay mula sa Espiritu Santo."*

Ang dahilan kung bakit ang bawat tao ay ipinapanganak na may orihinal na kasalanan ay sapagkat minamana niya ang mga makasalanang katangian sa pamamagitan ng semilya na galing sa ama niya at itlog na galing sa ina niya. Ngunit si Jesus ay hindi nagmula sa semilya ni Jose at sa itlog na nagmula kay Maria kundi sa pamamagitan ng kapangyarihan ng Banal na Espiritu. Si Maria ay naglihi bago sila nagsiping. Maaaring ipaglihi ang isang sanggol sa pamamagitan ng kapangyarihan ng Diyos at ng Banal na Espiritu nang walang pagsasanib ng semilya at itlog.

"Hiniram" lang ni Jesus ang katawan ng birheng si Maria. Dahil ipinaglihi Siya sa pamamagitan ng kapangyarihan ng Banal na Espiritu, hindi minana ni Jesus ang anumang katangian ng mga makasalanan. Dahil si Jesus ay hindi inapo ni Adan at walang orihinal na kasalanan, nasa Kanya ang ikalawang katangian ng Tagapagligtas.

Pangatlo, kung dapat may sapat na kayamanan ang manunubos ng lupa para bawiin ito, kailangan ng Tagapagligtas ng buong sangkatauhan ng kapangyarihan na matalo ang diyablo at iligtas ang sangkatauhan mula dito.

Sinasabi sa Levitico 25:26-27, *"Subalit kung ang isang tao ay walang manunubos, at siya'y masagana at nagkaroon ng kakayahang tubusin ito, kanyang bibilangin ang mga taon simula nang ito'y ipagbili, at isasauli ang labis sa taong kanyang pinagbilhan; at babalik siya sa kanyang pag-aari."* Sa madaling salita, para mabiling muli ng isang tao ang lupa, dapat mayroon siyang 'sapat na kakayahan' para gawin ito.

Para sagipin ang mga bilanggo ng digmaan kailangang may kapangyarihan ang isang partido na matalo ang kalaban at dapat mayroong perang pambayad ang taong magbabayad ng utang ng ibang tao. Sa katulad na paraan, para mailigtas ang buong sangkatauhan mula sa kapangyarihan ng diyablo, dapat may kapangyarihan ang Tagapagligtas na matalo ang diyablo upang sila ay mailigtas mula dito.

Bago siya magkasala, si Adan ay may kapangyarihang mamuno sa lahat ng nilalang, ngunit nang magkasala siya, napasailalim na siya sa kapangyarihan ng diyablo. Makikita natin dito na ang kapangyarihang matalo ang diyablo ay mula sa walang bahid ng anumang pagkakasala.

Si Jesus na Anak ng Diyos ay ganap na walang kasalanan. Dahil ipinaglihi si Jesus sa pamamagitan ng Banal na Espiritu at hindi siya inapo ni Adan, wala Siyang orihinal na kasalanan. At saka, dahil Batas ng Diyos lang ang sinunod Niya sa buong buhay Niya, wala Siyang kasalanang ginawa. Dahil dito, sinabi ni Apostol Pedro na si Jesus ay, *"hindi nagkasala, at walang natagpuang pandaraya sa Kanyang bibig. Nang Siya'y alipustain, hindi Siya gumanti; nang siya'y magdusa, hindi Siya nagbanta; kundi ipinagkatiwala ang Kaniyang sarili doon sa humahatol na may katarungan"* (1 Pedro 2:22-23).

Sapagkat wala Siyang anumang kasalanan, may kapangyarihan at awtoridad si Jesus na matalo ang diyablo at iligtas ang buong sangkatauhan mula dito. Ang mga ipinakita Niyang hindi mabilang na mga mahimalang tanda at kababalaghan ang nagsilbing saksi para dito. Pinagaling ni Jesus ang mga taong may sakit, nagpalayas ng mga demonyo, ibinalik ang paningin ng mga bulag, ang pandinig ng mga bingi, at ang mga lumpo ay nakapaglakad. Pinapayapa din Niya ang malakas na alon sa dagat at muling binuhay ang patay.

Walang pagaalinlangang pinagtibay ng muling pagkabuhay ni Jesus ang katotohanan na Siya ay walang kasalanan. Ayon sa batas ng espirituwal na kaharian, ang mga makasalanan ay mamamatay (Mga Taga-Roma 6:23). Magkagayun man, dahil wala Siyang kasalanan, hindi napailalim si Jesus sa kapangyarihan ng kamatayan. Namatay Siya sa krus at inilibing ang katawan Niya sa libingan, subalit nabuhay Siyang muli sa ikatlong araw.

Dapat tandaan na ang mga dakilang ama ng pananampalataya na sina Enoc at Elias ay iniakyat sa langit nang buhay at hindi namatay dahil hindi sila nagkasala at naging lubos na banal. Gayon din naman, winasak ni Jesus ang kapangyarihan ng diyablo at Satanas nang Siya ay nabuhay muli pagkatapos ng tatlong araw. Siya ay naging Tagapagligtas ng buong sangkatauhan.

Pang-apat, kung dapat mayroong pagmamahal ang manunubos ng lupa para sa mga kamag-anak niya para tubusin ang lupa nilang ipinagbili, ang Tagapagligtas ng sangkatauhan ay dapat ding mayroong pag-ibig at magagawa Niyang ibigay ang buhay Niya para sa iba.

Kahit na mayroon ang Tagapagligtas ng naunang tatlong mga katangiang nabanggit subalit wala naman Siyang pag-ibig, hindi Siya maaaring maging Tagapagligtas ng buong sangkatauhan. Ipagpalagay nating may isang kapatid na lalaki na may utang na P100,000 at ang kapatid niyang babae ay milyonaryo. Kung walang pag-ibig, hindi babayaran ng kapatid na babae ang utang ng kapatid na lalaki kaya balewala ang malaki niyang kayamanan sa kapatid niyang lalaki.

Dumating si Jesus sa mundong ito bilang isang tao, hindi Siya inapo ni Adan, may kapangyarihan Siya para matalo ang diyablo at iligtas ang buong sangkatauhan mula dito dahil siya ay walang anumang kasalanan. Gayon pa man, kung wala Siyang pag-ibig, hindi maaaring tubusin ni Jesus ang sangkatauhan mula sa mga kasalanan nila. Ang "pagtubos ni Jesus sa sangkatauhan mula sa mga kasalanan nila" ay nangangahulugan na Siya ang tatanggap ng parusang kamatayan para sa kanila. Para matubos ni Jesus ang sangkatauhan mula sa mga kasalanan nila, dapat Siyang ipako sa krus bilang isa sa pinakakarumal-dumal na makasalanan sa mundo, magdusa sa lahat ng uri ng paghamak at pagalipusta, at dumanak ang lahat ng dugo sa katawan Niya hanggang sa mamatay siya. Magkagayun man, dahil maalab ang pag-ibig ni Jesus para sa sangkatauhan at handa Siyang tubusin ang sangkatauhan mula sa mga kasalanan nila, hindi inalala ni Jesus ang parusang pagkapako sa krus.

Kaya, bakit kinakailangang ipako si Jesus sa isang krus na kahoy at dumanak ang dugo Niya hanggang sa kamatayan? Sinasabi sa atin sa Deuteronomio 21:23, *"Ang taong binitay ay isinumpa ng Diyos,"* at ayon sa batas ng espirituwal na kaharian na nagbsasabing, "Ang kabayaran ng kasalanan ay kamatayan," ipinako si Jesus sa krus upang tubusin ang buong sangkatauhan mula sa sumpa ng kasalanan kung saan sila ay nakagapos.

At, mababasa din Levitico 17:11, *"Sapagkat ang buhay ng laman ay nasa dugo, at Aking ibinibigay sa inyo sa ibabaw ng dambana upang ipantubos sa inyong mga kaluluwa, sapagkat ang dugo'y siyang tumutubos dahil sa buhay,"* walang kapatawaran ang mga kasalanan nang walang pagdanak ng dugo.

Mangyari pa, sinasabi sa atin sa Levitico na ang pinong harina ay maaaring ialay sa Diyos sa halip na dugo ng mga hayop. Gayon pa man, ang hakbang na ito ay para sa mga hindi kayang maghandog ng mga hayop. Hindi ito ang uri ng handog ng dugo na ikalulugod ng Diyos. Tinubos tayo ni Jesus mula sa mga kasalanan natin sa pamamagitan ng pagkapako sa krus na kahoy at pagdanak ng dugo Niya hanggang sa kamatayan.

Hindi ba kamangha-mangha ang pag-ibig ni Jesus na

dumanak ang dugo at binuksan ang landas ng kaligtasan para sa mga taong nanghamak at nagpako sa Kanya sa krus, kahit pinagaling Niya ang mga tao mula sa lahat ng uri ng karamdaman, tinanggal ang pagiging alipin nila sa kasamaan, at kabutihan lang ang ginawa Niya?

Batay sa batas ng pagtubos sa lupa, mapapagtibay natin na tanging si Jesus lang ang karapatdapat na Tagapagligtas na maaaring tumubos sa buong sangkatauhan mula sa mga kasalanan nila.

Nakahanda na Ang Landas Patungo sa Kaligtasan ng Sangkatauhan Bago pa ang Simula Panahon

Ang landas patungong kaligtasan ng sangkatauhan ay nabuksan nang si Jesus ay namatay sa krus at nabuhay muli pagkatapos ng ikatlong araw. Winasak nito ang kapangyarihan ng kamatayan. Ang pagdating ni Jesus sa mundong ito para tuparin ang kalooban ng Diyos para sa kaligtasan at maging Mesyas ng sangkatauhan ay nahulaan noong sandaling nagkasala si Adan.

Sa Genesis 3:15, sinabi ng Diyos sa ahas na tumukso sa babae, *"Maglalagay ako sa iyo at sa babae ng pagkapoot sa isa't isa, at sa iyong binhi at sa kanyang binhi. Ito ang dudurog ng iyong ulo, at ikaw ang dudurog ng kanyang sakong."* Sa espirituwal na diwa, sumisimbolo sa mga pinili ng Diyos, mga Israelita, ang "babae" at "ang ahas" ay sumisimbolo sa kaaway na diyablo at Satanas na lumalaban sa Diyos. Ang kahulugan ng "dudurugin ng binhi ng babae ang ulo ng ahas" ay ang Tagapagligtas ng sangkatauhan ay darating mula sa mga Israelita at matatalo ang kapangyarihan ng kamatayan ng kaaway na diyablo.

Mawawala ang kapangyarihan ng ahas kapag nasugatan ang ulo nito. Sa parehong paraan, nang sabihin ng Diyos sa ahas na ang binhi ng babae ang dudurog sa ulo ng ahas, naipropesiya Niya na ang Cristo para sa sangkatauhan ay ipapanganak sa Israel at wawasakin ang kapangyarihan ng diyablo at Satanas at ililigtas ang mga makasalanang nakagapos sa kapangyarihan nila.

Dahil nalaman na ang tungkol dito, hinangad ng diyablo na patayin ang binhi ng babae bago Niya saktan ang ulo niya. Naniwala ang diyablo na maaari niyang tamasahin magpakailanman ang kapangyarihan na naibigay sa kanya mula sa suwail na si Adan kung papatayin niya ang binhi ng babae. Gayun pa man, hindi kilala ng kaaway na diyablo kung sino ang magiging binhi ng babae kaya nagsimula itong magplano na patayin ang mga tapat at minamahal na propeta ng Diyos magmula pa noong panahon ng Lumang Tipan.

Nang ipanganak si Moises, tinukso ng kaaway na diyablo ang Faraon ng Ehipto na patayin ang lahat ng batang lalaking ipapanganak ng mga babaing Israelita (Exodo 1:15-22), at nang dumating si Jesus sa mundong ito bilang tao, pinakilos niya ang puso ni Haring Herodes para patayin ang lahat ng batang lalaki na nasa Bethlehem at mga kalapit na lugar, mula dalawang taong gulang pababa. Sa dahilang ito, kumilos ang Diyos para sa pamilya ni Jesus at tinulungan silang makatakas patungo sa Ehipto.

Pagkatapos, lumaki si Jesus sa pangangalaga ng Diyos mismo, at sinimulan ang ministeryo Niya nang Siya ay 30 taong gulang. Ayon sa kalooban ng Diyos, lumibot si Jesus sa buong Galilea, nagturo sa mga sinagoga, nagpagaling ng bawat uri ng karamdaman at sakit ng mga tao, bumuhay ng mga patay, at nangangaral ng ebanghelyo ng kaharian sa langit sa mga aba.

Tinukso ng diyablo at ni Satanas ang mga punong pari, ang mga eskriba at mga Fariseo, at nagsimulang gumawa ng planong pagpatay kay Jesus sa pamamagitan nila. Ngunit hindi man lang mahawakan ng masasamang tao si Jesus hanggang sa panahon na pinili ng Diyos. Tanging sa bandang huli lang ng tatlong taong ministeryo Niya hinayaan ng Diyos na dakipin Siya at ipako nila sa krus upang matupad ang kalooban ng Diyos na kaligtasan ng sangkatauhan sa pamamagitan ng pagpako kay Jesus sa krus.

Dahil sumuko sa pamimilit ng mga Judio, hinatulan ng Gobernador ng Roma na si Poncio Pilato na ipako sa krus si Jesus. Pinutungan Siya sa ulo ng mga sundalong Romano ng koronang tinik at ipinako ang mga kamay at paa Niya sa krus.

Ang pagpako sa krus ay isa sa pinakamalupit na paraan ng pagpatay sa isang kriminal. Nang magtagumpay ang diyablo sa pagpako sa krus kay Jesus sa pamamagitan ng masasamang tao, malamang napakasaya ng diyablo! Inasahan nito na walang sino man o ano pa man ang hahadlang sa paghahari nito sa buong mundo. Umawit ito nang may kagalakan at nagsayaw. Subalit ang kalooban ng Diyos ay nakapaloob sa pangyayaring ito.

Kundi nagsasalita kami tungkol sa karunungan ng Diyos, na hiwaga at inilihim, na itinalaga ng Diyos bago ang mga panahon para sa ikaluluwalhati natin. Walang sinuman sa mga pinuno sa sanlibutang ito ang nakaunawa nito, sapagkat kung naunawaan nila, ay hindi sana nila ipinako sa krus ang Panginoon ng kaluwalhatian (1 Mga Taga-Corinto 2:7-8).

Dahil ang Diyos ay makatarungan, hindi Niya ginagamit ang lubos na kapangyarihan hanggang sa paglabag sa batas ngunit ginagawa ang lahat ng bagay ayon sa batas ng espirituwal na kaharian. Kaya, inihanda na Niya ang daan patungo sa kaligtasan ng sangkatauhan bago pa magsimula ang panahon ayon sa batas ng Diyos.

Ayon sa batas ng espirituwal na kaharian, sinasabing, *"ang kabayaran ng kasalanan ay kamatayan"* (Mga Taga-Roma 6:23), kung ang isang tao ay hindi nagkakasala, hindi siya mamamatay. Gayon pa man, ipinako ng diyablo sa krus ang walang kasalanan, walang bahid, at walang dungis na si Jesus. Linabag ng diyablo ang batas ng espirituwal na kaharian kaya dapat nitong bayaran ang parusa sa pamamagitan ng pagbalik ng kapangyarihan na nakuha mula kay Adan pagkatapos magkasala ng pagsuway. Sa madaling salita, napuwersa ang diyablo na palayain ang lahat ng taong tatanggap kay Jesus bilang Tagapagligtas nila at maniniwala sa pangalan Niya.

Kung nalaman kaagad ng kaaway na diyablo ang karunungang ito ng Diyos, hindi sana nito ipinako sa krus si Jesus. Dahil wala itong alam tungkol sa lihim, ipinapatay nito ang walang kasalanang si Jesus, matatag ang paniniwalang tiyak na ang mahigpit nitong pagkakahawak sa mundo magpakailanman. Subalit ang katotohanan ay nabitag ang diyablo ng sarili nitong patibong at nilabag niya ang batas ng espirituwal na kaharian. Tunay ngang kahanga-hanga ang karunungan ng Diyos!

Ang katotohanan ay naging kasangkapan ang kaaway na diyablo sa pagtupad ng kalooban ng Diyos tungkol sa kaligtasan ng sangkatauhan. Tulad ng nai-propesiya sa Genesis, ang ulo nito ay "dinurog" ng binhi ng babae.

Sa pamamagitan ng kalooban at karunungan ng Diyos, ang walang kasalanang si Jesus ay namatay upang tubusin ang buong sangkatauhan mula sa kanilang mga kasalanan, at sa pamamagitan ng pagkabuhay Niyang muli sa ikatlong araw, winasak Niya ang kapangyarihan ng kaaway na diyablo sa kamatayan at naging Hari ng mga hari at Panginoon ng mga panginoon. Binuksan Niya ang pintuan ng kaligtasan upang tayo ay mapawalang-sala sa pamamagitan ng pananampalataya kay Jesu-Cristo.

Samakatwid, hindi na mabilang ang naligtas na mga tao sa buong kasaysayan ng sangkatauhan sa pamamagitan ng pananampalataya kay Jesu-Cristo at marami pa ngayon ang tumatanggap sa Panginoong Jesu-Cristo.

Pagtanggap sa Banal na Espiritu sa Pamamagitan ng Pananampalataya Kay Jesu-Cristo

Bakit tayo maliligtas kung maniniwala tayo kay Jesu-Cristo? Sa sandaling tanggapin natin si Jesu-Cristo bilang Tagapagligtas natin, tatanggapin natin ang Banal na Espiritu mula sa Diyos. Kapag tinanggap natin ang Banal na Espiritu, ang mga espiritu nating patay, ay muling mabubuhay. Dahil ang Banal na Espiritu ay ang kapangyarihan at ang puso ng Diyos, aakayin Niya ang mga anak ng Diyos patungo sa katotohanan at tutulungan sila na mamuhay ayon sa kalooban Niya.

Kaya, ang mga tunay na naniniwala kay Jesu-Cristo bilang Tagapagligtas nila ay susunod sa mga hinahangad ng Banal na Espiritu at magsisikap na ipamuhay ang salita ng Diyos. Iwawaksi nila ang galit, pagkamainitin ng ulo, selos, inggit, paghusga at paghatol sa iba, pangangalunya, at sa halip ay lalakad sa kabutihan at katotohanan at uunawain, maglilingkod, at iibigin ang ibang tao.

Tulad ng nabanggit na, nang magkasala ang unang nilalang na si Adan dahil kumain siya ng bunga ng punungkahoy ng pagkaalam ng mabuti at masama, ang espiritu na nasa kanya ay namatay at napunta sa landas ng pagkawasak. Subalit kapag tinanggap natin ang Banal na Espiritu, ang mga patay nating espiritu ay muling mabubuhay at kung hahangarin natin ang nais ng Banal na Espiritu at lalakad sa salita ng katotohanan ng Diyos, unti-unti tayong magiging mga taong sumusunod sa katotohanan at mababawi natin ang nawalang imahe ng Diyos.

Kapag lumalakad tayo sa salita ng katotohanan ng Diyos, ang pananampalataya natin ay kikilalanin bilang "tunay na pananampalataya." At dahil ang mga kasalanan natin ay nalinis ng dugo ni Jesus ayon sa mga gawa natin na may pananampalataya, maaari nating tanggapin ang kaligtasan. Sa dahilang ito, sinasabi sa atin ng 1 Juan 1:7, *"Ngunit kung tayo'y lumalakad sa liwanag, na tulad Niya na nasa liwanag, may pakikisama tayo sa isa't isa, at ang dugo ni Jesus na Kanyang Anak ang lumilinis sa atin sa lahat ng kasalanan."*

Ito ang paraan ng kaligtasan sa pamamagitan ng pananampalataya pagkatapos patawarin ang mga kasalanan natin. Gayun pa man, kung tayo ay lalakad sa kasalanan sa kabila ng pagtotoo natin tungkol sa pananampalataya natin, ang patotoong iyon ay kasinungalingan lang, kung gayon, hindi tayo matutubos ng dugo ng ating Panginoon Jesu-Cristo mula sa mga kasalanan natin ni hindi rin Niya maaaring mabigyang katiyakan ang kaligtasan natin.

Mangyari pa, iba naman ang kalagayan ng mga taong katatanggap pa lang kay Jesu-Cristo bilang Tagapagligtas nila. Kahit hindi pa sila lumalakad sa katotohanan, susuriin ng Diyos ang mga puso nila, paniniwalaang mababago sila, at aakayin sila patungo sa kaligtasan kung magsisikap sila na sumulong patungo sa katotohanan.

Tinutupad ni Jesus ang mga Propesiya

Ang salita ng Diyos tungkol sa Mesyas na nai-propesiya ng mga propeta ay tinupad ni Jesus. Ang bawat aspeto ng buhay ni Jesus, mula sa kapanganakan Niya at ministeryo hanggang sa pagpako sa Kanya sa krus, kamatayan at muling pagkabuhay ay nakapaloob sa kalooban ng Diyos para sa Kanya na maging Mesyas at Tagapagligtas ng buong sangkatauhan.

Si Jesus – Ipinanganak ng Isang Birhen sa Bethlehem

Naipropesiya ng Diyos ang tungkol sa kapanganakan ni Jesus sa pamamagitan ng Propetang si Isaias. Sa panahong pinili ng Diyos, bumaba ang kapangyarihan ng Kataastaasang Diyos sa isang babaing malinis o birhen na nagngangalang Maria na taga-Nazaret na nasa Galilea at hindi nagtagal, nagdalantao siya.

Kaya't ang Panginoon mismo ang magbibigay sa inyo ng tanda. Narito, isang birhen ang maglilihi, at manganganak ng isang lalaki, at kanyang tatawagin ang kanyang pangalan na Emmanuel (Isaias 7:14).

Tulad ng ipinangako ng Diyos sa mga mamamayan ng Israel, "Walang katapusan ang magiging hari sa Lahi ni David," kalooban Niyang magmula ang Mesyas sa isang babaing nagngangalang Maria, na nakatakdang magpakasal kay Jose, isang inapo ni David. Dahil hindi maaaring tubusin ng inapo ni Adan ang buong sangkatauhan dahil mayroon silang orihinal na kasalanan, tinupad ng Diyos ang propesiya sa pamamagitan ng birheng si Maria na ipinanganak si Jesus bago sila magpakasal ni Jose.

Ngunit ikaw, Bethlehem sa Efrata, na maliit upang mapabilang sa angkan ng Juda, mula sa iyo ay lalabas para sa akin ang isa na magiging pinuno sa Israel; na ang pinagmulan ay mula nang una, mula nang walang hanggan (Micas 5:2).

Naipropesiya sa Biblia na si Jesus ay ipapanganak sa Bethlehem. Totoo nga, ipinanganak si Jesus sa Bethlehem ng Judea sa panahon ni Haring Herodes (Mateo 2:1), at pinapatunayan ng kasaysayan ang pangyayaring ito.

Noong ipinanganak si Jesus, natakot si Haring Herodes sa banta sa pamumuno niya, kaya sinubukang ipapatay si Jesus. Gayon pa man, dahil hindi niya natagpuan ang sanggol, ipinapatay ni Haring Herodes ang lahat ng mga batang lalaki sa Bethlehem at sa lahat ng kalapit na lugar, mula dalawang taong gulang pababa kaya nagkaroon ng pagtangis at pagluluksa sa buong rehiyon.

Kung hindi dumating si Jesus sa mundong ito bilang

tunay na Hari ng mga Judio, bakit isinakripisyo ng isang hari ang maraming bata upang patayin ang iisang sanggol? Ang trahedyang ito ay nangyari dahil sa paghahangad ng kaaway na diyablo na patayin ang Mesyas dahil sa takot nito na mawala ang paghahari niya sa buong mundo. Ginamit nito si Haring Herodes, na takot na mawalan ng korona, para gawin ang ganoong kalupitan.

Nagpapatunay Si Jesus sa Buhay na Diyos

Bago Niya simulan ang pagmiministeryo, lubusang sinunod ni Jesus ang Batas sa buong 30 taon ng buhay Niya. At nang Siya ay nasa wastong gulang na para maging alagad, sinimulan na Niyang isagawa ang ministeryo Niya para maging Mesyas na nasa plano ng Diyos bago pa magsimula ang panahon.

Ang Espiritu ng Panginoong Diyos ay sumasa akin; sapagkat hinirang ako ng PANGINOON upang ipangaral ang mabuting balita sa inaapi, kanyang sinugo ako upang magpagaling ng mga bagbag na puso, upang magpahayag ng kalayaan sa mga bihag, at buksan ang bilangguan sa bilanggo; upang ihayag ang kalugod-lugod na taon ng PANGINOON, at ang araw ng paghihiganti ng ating Diyos; upang aliwin ang lahat ng tumatangis; upang pagkalooban sila na tumatangis sa Zion – upang bigyan sila ng putong na bulaklak sa halip na mga abo, sa halip na pagtangis ay langis ng kagalakan, sa halip na lupaypay na diwa ay damit ng kapurihan, upang sila'y matawag na mga punungkahoy ng katuwiran, na pananim ng PANGINOON, upang Siya'y bigyan ng kaluwalhatian (Isaias 61:1-3).

Tulad ng mga propesiya na binasa natin, nilutas ni Jesus ang lahat ng mga problema sa buhay sa pamamagitan ng kapangyarihan ng Diyos at inaliw ang lahat ng mga sawing-palad. At nang dumating ang oras na pinili ng Diyos, nagtungo si Jesus sa Jerusalem para danasin ang pagdurusa.

Magalak ka nang husto, O anak na babae ng Zion! Sumigaw ka nang malakas, O anak na babae ng Jerusalem! Narito ang iyong hari ay dumarating sa iyo; Siya'y matuwid at matagumpay, mapagkumbaba at nakasakay sa isang batang asno na anak ng asnong babae (Zacarias 9:9).

Ayon sa propesiya ni Zacarias, pumasok si Jesus sa lungsod ng Jerusalem na nakasakay sa isang asno. At nagsigawan ang napakaraming tao na sinasabing, *"Hosana sa Anak ni David! Mapalad ang dumarating sa pangalan ng Panginoon! Hosana sa kataas-taasan!"* (Mateo 21:9), at nagkaroon ng kagalakan sa buong lungsod. Ang mga tao ay nagalak sa ganoong paraan sapagkat nagpamalas si Jesus ng mga kamangha-manghang mga tanda at kababalaghan tulad ng paglakad sa ibabaw ng tubig at pagbuhay ng mga patay. Gayun pa man, hindi nagtagal, ang mga taong ito rin ang magkakanulo at magpapapako sa Kanya sa krus.

Nang makita nila kung paano sundan ng napakaraming tao si Jesus para marinig ang mga salita Niyang may awtoridad at para makita ang pagpapamalas Niya ng kapangyarihan ng Diyos, natakot ang mga pari, ang mga Fariseo, at ang mga eskriba. Pakiramdam nila maaagaw sa kanila ang mga posisyon nila sa lipunan. Dahil sa matinding galit nila kay Jesus, nagplano silang patayin Siya. Naglabas sila ng lahat ng klaseng maling paratang laban kay Jesus at inakusahan Siyang nanlilinlang at nangbubuyo sa mga tao. Nagpakita si Jesus ng mga kahanga-hangang mga makapangyarihang pagkilos ng Diyos na hindi maaaring gawin kung hindi ang Diyos mismo ang sumasa Kanya, subalit binalak nilang patayin si Jesus.

Sa bandang huli, pinagkanulo si Jesus ng isa sa mga alagad Niya at binayaran siya ng mga pari ng tatlumpung pirasong pilak sa pagtulong niya sa pagdakip kay Jesus. Natupad ang propesiya ni Zacarias tungkol sa tatlumpung pirasong pilak bilang kabayaran, na sinasabing, *"Kaya't aking kinuha ang tatlumpung pirasong pilak at inihagis ito sa magpapalayok,"* (Zacarias 11:12-13).

Hindi nagtagal, nabagabag sa kasalanan niya ang taong nagkanulo kay Jesus kapalit ng tatlumpung pirasong pilak. Inihagis niya ang tatlumpung pirasong pilak sa santuwaryo ng templo, ngunit ginamit ng mga pari ang pera sa pagbili ng lupa ng isang "magpapalayok" (Mateo 27:3-10).

Ang Pagdurusa at ang Kamatayan ni Jesus

Tulad ng sinabi ni Propetang Isaias, si Jesus ay nagdusa, naghirap at namatay upang iligtas ang lahat ng mga tao. Sapagkat dumating si Jesus sa mundong ito para tuparin ang kalooban ng Diyos sa pagtubos sa Kanyang mga nilikha mula sa mga kasalanan nila. Siya ay ibinitin at namatay sa krus na kahoy na siyang simbolo ng sumpa at isinakripisyo sa Diyos bilang isang handog para sa kasalanan ng sangkatauhan.

Tunay na Kanyang pinasan ang ating mga karamdaman, at dinala ang ating mga kalungkutan; gayunma'y ating itinuring Siya na hinampas, sinaktan ng Diyos, at pinahirapan. Ngunit Siya'y binugbog dahil sa ating mga kasamaan; ipinataw sa Kanya ang parusa para sa ating kapayapaan, at sa pamamagitan ng Kanyang mga latay ay gumaling tayo. Tayong lahat ay gaya ng mga tupang naligaw; bawa't isa sa atin ay lumihis sa kanyang sariling daan; at ipinasan sa Kanya ng PANGINOON ang lahat nating kasamaan. Siya'y inapi, at Siya'y sinaktan, gayunma'y hindi Niya ibinuka ang Kanyang bibig; gaya ng kordero na dinala sa katayan, at gaya ng tupa na sa harapan ng mga manggugupit sa kanya ay pipi, kaya't hindi niya ibinuka ang Kanyang bibig. Sa pamamagitan ng pang-aapi at paghatol ay inilayo Siya; at tungkol sa Kanyang salinlahi, na itinuring na Siya'y itiniwalag sa lupain ng mga buhay, at sinaktan dahil sa pagsalangsang ng aking bayan? At ginawa nila ang Kanyang libingan na kasama ng mga masasama, at kasama ng isang lalaking mayaman sa Kanyang kamatayan; bagaman hindi Siya gumawa ng karahasan, o walang anumang pandaraya sa Kanyang bibig. Gayunma'y kinalugdan ng PANGINOON na mabugbog Siya; Kanyang inilagay Siya sa pagdaramdam; kapag gagawin Niya ang Kanyang kaluluwa bilang handog pangkasalanan, makikita Niya ang Kanyang supling, pahahabain Niya ang Kanyang mga araw; at ang kalooban ng PANGINOON ay uunlad sa Kanyang kamay (Isaias 53:4-10).

Sa panahon ng Lumang Tipan, nag-aalay ng dugo ng mga hayop sa Diyos tuwing may nagkakasala laban sa Kanya. Subalit dumanak ang dalisay na dugo ni Jesus na walang orihinal na kasalanan o kasalanang Siya mismo ang gumawa at, "inihandog ang isang sakripisyo para sa lahat ng kasalanan sa lahat ng panahon" upang ang lahat ng tao ay mapatawad sa kanilang mga kasalanan at magkaroon ng buhay na walang hanggan (Hebreo 10:11-12). Kaya, hindi na natin kailangan pang magsakripisyo ng dugo ng mga hayop dahil inihanda na Niya ang daan para sa kapatawaran ng mga kasalanan at sa kaligtasan sa pamamagitan ng pananampalataya kay Jesu-Cristo.

Nang mamatay si Jesus sa krus, napunit ang tabing ng

templo sa dalawa, mula sa itaas pababa (Mateo 27:51). Ang tabing ng templo ay isang malaking kurtina na naghihiwalay ng Banal ng mga Banal mula sa Banal na Lugar sa Templo. Walang mga ordinaryong taong maaaring pumasok sa Banal na Lugar. Tanging ang punong pari lang ang makakapasok sa Banal ng mga Banal isang beses sa isang taon.

Sinisimbulo ng "belo ng templo ay napunit sa dalawa mula sa itaas paibaba" ang katotohanang – nang Siya ay nagsakripisyo bilang kabayaran, winasak ni Jesus ang pader ng kasalanan sa pagitan natin at ng Diyos. Sa panahon ng Lumang Tipan, naghahandog sa Diyos ng mga sakripisyo ang mga punong pari para sa tubusin ang mga mamamayan ng Israel mula sa mga kasalanan nila at nanalangin sa Diyos para sa kanila. Ngayong nabuwag na ang pader ng kasalanan na humahadlang sa atin patungo sa Diyos, maaari na tayong makipag-usap sa Diyos. Sa madaling salita, maaari nang makapasok ang kahit na sinong naniniwala kay Jesu-Cristo sa banal na santuwaryo ng Diyos para sumamba at mananalangin sa Kanya doon.

Kayat hahatian Ko Siya ng bahagi na kasama ng dakila, at Kanyang hahatiin ang samsam na kasama ng malakas; sapagkat Kanyang ibinuhos ang Kanyang kaluluwa sa kamatayan, at ibinilang na kasama ng mga lumabag; gayun ma'y pinasan Niya ang kasalanan ng marami, at namagitan para sa mga lumalabag (Isaias 53:12).

Tulad ng isinulat ni Propeta Isaias tungkol sa pagdurusa at pagpako sa krus ng Mesyas, namatay si Jesus sa krus para sa kasalanan ng lahat ng tao ngunit ibinilang Siya sa mga makasalanan. Kahit habang nag-aagaw buhay na Siya sa krus, hiniling Niya sa Diyos na patawarin ang mga nagpako Siya.

Ama, patawarin Mo sila; sapagkat hindi nila nalalaman ang kanilang ginagawa (Lucas 23:34).

Nang mamatay Siya sa krus, natupad ang propesiya sa aklat ng Mga Awit, *"Lahat nitong mga buto ay iningatan Niya, sa mga iyon ay hindi nababali ni isa"* (Mga Awit 34:20). Matatagpuan natin ang katuparan nito sa Juan 19:32-33, *"Kaya't dumating ang mga kawal, at binali ang mga binti ng una, at ng isa pa na ipinako sa krus na kasama Niya. Ngunit nang dumating sila kay Jesus at makitang patay na, ay hindi na nila binali ang Kanyang mga binti."*

Tinupad ni Jesus ang Ministeryo Niya Para Maging Mesyas

Dinala ni Jesus ang kasalanan ng sangkatauhan sa Kanyang krus at namatay bilang handog para sa kasalanan ng lahat. Pero ang katuparan ng kalooban ng Diyos para sa kaligtasan ay hindi sa pamamagitan ng kamatayan ni Jesus.

Naipropesiya sa Mga Awit 16:10, *"Sapagkat ang aking kaluluwa sa Sheol ay hindi Mo iiwan, ni hahayaan Mong makita ng Iyong Banal ang Hukay,"* at sa Mga Awit 118:17, *"Hindi Ako mamamatay kundi mabubuhay, at ang mga gawa ng PANGINOON ay isasalaysay,"* hindi nabulok ang katawan ni Jesus at nabuhay Siyang muli sa ikatlong araw.

May karagdagan pang propesiya sa Mga Awit 68:18, *"Sumampa Ka sa mataas, pinatnubayan Mo ang Iyong bihag sa pagkabihag; tumanggap Ka ng mga kaloob sa gitna ng mga tao, Oo, pati sa mga mapanghimagsik, upang makatahang kasama nila ang Panginoong DIYOS,"* umakyat si Jesus sa langit at naghihintay sa mga huling araw na tatapusin Niya ang pangangalaga ng sangkatauhan at ihahatid sa langit ang mga nananampalataya sa Kanya.

Napakalinaw dito na ang lahat ng naipropesiya ng Diyos tungkol sa Mesyas sa pamamagitan ng mga propeta Niya ay lubusang tinupad ni Jesu-Cristo.

Kamatayan ni Jesus at mga Propesiya Tungkol sa Israel

Hindi kinilala ng bansang Israel si Jesus bilang Mesyas. Subalit hindi pa rin tinalikdan ng Diyos ang mga pinili Niya at tinutupad pa rin hanggang ngayon ang kalooban Niyang kaligtasan para sa Israel.

Kahit sa pamamagitan ng pagpako kay Jesu-Cristo sa krus, naipropesiya ng Diyos ang mangyayari sa Israel. Ang dahilan nito ay ang maalab na pag-ibig Niya para sa kanila at ang pagnanais Niya na maniwala sila sa Mesyas na isinugo ng Diyos at upang maligtas sila.

Ang Pagdurusa para sa Israel na Nagpapako kay Jesus sa Krus

Kahit ang Gobernador ng Roma na si Poncio Pilato ang nagpapako kay Jesus sa krus, ang mga Judio ang nanghikayat sa kanya na gawin iyon. Batid ni Pilato na walang dahilan para patayin si Jesus, ngunit pinilit siya ng mga tao, hiniling at isinisigaw nila na ipako si Jesus sa krus, hanggang sa magkaroon na ng kaguluhan.

Nang makita ni Pilato na wala na siyang magagawa sa

desisyong ipako si Jesus sa krus, kumuha siya ng tubig at naghugas ng mga kamay niya sa harap ng mga tao at sinabi sa kanila, *"Wala akong kasalanan sa dugo ng taong ito. Kayo na ang bahala diyan"* (Mateo 27:24). Bilang tugon, nagsigawan ang mga Judio, *"Pananagutan namin at ng aming mga anak ang Kanyang dugo"* (Mateo 27:25).

Noong 70 A.D., bumagsak ang Jerusalem sa pamumuno ng Romanong Heneral na si Tito. Ang Templo ay nawasak at ang mga nakaligtas ay napilitang umalis mula sa bayan nila at nagkahiwa-hiwalay sa iba't ibang bahagi ng mundo. Kaya nagsimula ang Diaspora at tumagal ito ng halos 2,000 taon. Hindi sapat ang mga salita kung ilalarawan ang matinding paghihirap na tiniis ng mga Israelita sa panahon ng Diaspora.

Nang bumagsak ang Jerusalem, mahigit-kumulang mga 1.1 milyon na mga Judio ang pinatay, at noong panahon ng Ikalawang Digmaang Pandaigdig, humigit-kumulang anim na milyong Judio ang walang awang pinagpapatay ng mga Nazi. Nang paslangin sila ng mga Nazi, hinubaran ang mga Judio at ito ay nagpaalaala sa panahong si Jesus ay ipinako sa krus nang nakahubad.

Mangyari pa, hindi tatanggapin ng mga Israelita na ang paghihirap nila ay resulta ng pagkapako sa krus ni Jesus. Gayon pa man, kung magbabalik tanaw sa kasaysayan ng Israel, kapansin-pansin na ang Israel at ang mga mamamayan nito ay iningatan ng Diyos at umunlad sila noong namumuhay sila ayon kalooban Niya. Nang lumayo sila sa kalooban ng Diyos, ang mga Israelita ay dinisiplina at naharap sa pagdurusa at mga pagsubok.

Kaya batid na natin na ang pagdurusa ng Israel ay mayroong dahilan. Kung nararapat sa paningin ng Diyos ang pagpako kay Jesus, bakit pinabayaan Niya ang Israel sa gitna ng walang tigil at malupit na dalamhati sa loob ng mahabang panahon?

Ang Panlabas na Damit at Tunika ni Jesus, at ang Kinabukasan ng Israel

Ang isa pang pangyayaring nakapagpakita ng mga bagay na mangyayari sa Israel ay naganap sa lugar na pinagpakuan kay Jesus. Mababasa natin sa Mga Awit 22:18, *"Kanilang pinaghatian ang Aking mga kasuotan, at para sa Aking damit sila ay nagsapalaran,"* kinuha ng mga sundalong Romano ang damit ni Jesus at hinati sa apat na bahagi, isang bahagi sa bawat kawal, habang nagpalabunutan sila para sa tunika Niya. Napunta ito sa isa sa mga sundalo.

Ano ang kaugnayan ng kaganapang ito sa hinaharap ng Israel? Sa espirituwal na diwa – dahil si Jesus ang Hari ng mga Judio, sinisimbolo ng panlabas na damit ni Jesus ang mga pinili ng Diyos, ang bayan ng Israel at ang mga mamamayan nito. Nang hatiin sa apat na bahagi ang panlabas na damit ni Jesus at nawalan ito ng hugis, sinisimbolo nito ang pagkawasak ng bayan ng Israel. Magkagayun man, dahil hindi nasira ang tela ng panlabas na damit, sinasabing kahit mawala ang bayan ng Israel, ang pangalang "Israel" ay mananatili.

Ano ang kahulugan ng katunayang kinuha ng mga sundalong Romano ang panlabas na damit ni Jesus at hinati sa apat na piraso, isang bahagi sa bawat isang sundalo? Pinapahiwatig nito na wawasakin ng Roma ang mga mamamayan ng Israel at sila ay magkakahiwa-hiwalay. Ang propesiyang ito ay natupad rin sa pagbagsak ng Jerusalem at ang pagkawasak ng bayan ng Israel, na nagtulak sa mga Judio na kumalat sa iba't ibang bahagi ng mundo.

Tungkol naman sa tunika ni Jesus, mababasa sa Juan 19:23, *"At ang tunika ay walang tahi, na hinabing buo mula sa itaas."* Nangangahulugang ginawa mula sa isang buong piraso ng tela ang tunika kaya ito ay "walang tahi."

Hindi gaanong pinag-iisipan ng karamihan kung paano tinahi ang damit nila. Bakit kaya isinulat ng detalyado sa Biblia ang pagkakagawa ng tunika ni Jesus? Nakapaloob dito ang propesiya ng mga magaganap sa mga mamamayan ng Israel.

Sinisimbolo ng tunika ni Jesus ang puso ng mga mamamayan ng Israel, ang puso nilang naglilingkod sa Diyos. Ang katotohanang "walang tahi ang tunika, na hinabi ng buo" ay nagpapakita na ang pagmamahal ng mga mamamayan ng Israel para sa Diyos ay nagmula pa sa ninuno nilang si Jacob at hindi nagbabago anuman ang mangyari.

Sa pamamagitan ng Labindalawang Lipi na sumunod sa panahon nila Abraham, Isaac, at Jacob, bumuo sila ng isang bansa at napanatili ng mga mamamayan ng Israel ang kanilang kadalisayan bilang isang bansa dahil hindi sila nag-asawa ng mga Gentil. Pagkatapos mahati sa Kaharian ng Israel sa hilaga at Kaharian ng Juda sa timog, nagsipag-asawa sa mga Hentil ang mga nasa hilagang kaharian subalit ang Juda ay nanatiling iisang bansa. Kahit ngayon, napapanatili ng mga Judio ang pagkakakilanlan nila na nagsimula pa mula noong panahon ng mga ama ng pananampalataya.

Samakatwid, kahit pinunit sa apat na piraso ang panlabas na damit ni Jesus, ang tunika Niya ay nanatiling buo. Ipinapahiwatig nito na kahit nawasak ang bayan ng Israel, ang pagmamahal ng mga mamamayan ng Israel para sa Diyos at ang pananampalataya nila sa Kanya ay hindi mababawasan.

Dahil hindi nagbabago ang puso nila, pinili sila ng Diyos at tinutupad ang mga plano at kalooban Niya sa pamamagitan nila hanggang ngayon. Kahit lumipas na ang libong taon, mahigpit pa rin na nanindigan sa Batas ang mga mamamayan ng Israel dahil minana nila ang hindi nagbabagong puso ni Jacob.

Bilang resulta, halos 1,900 taon pagkatapos mawala sa kanila ang bansa nila, binigla ng mga mamamayan ng Israel ang buong mundo nang magdeklara sila ng kasarinlan nila at panumbalikin ang bayan nila noong Mayo 14, 1948.

Sapagkat Aking kukunin kayo sa mga bansa, at titipunin Ko kayo mula sa lahat ng lupain, at dadalhin Ko kayo sa inyong sariling lupain (Ezekiel 36:24).

Kayo'y maninirahan sa lupaing ibinigay Ko sa

inyong mga ninuno. Kayo'y magiging Aking bayan, at Ako'y magiging inyong Diyos (Ezekiel 36:28).

Naipropesiya na sa Lumang Tipan, *"Pagkatapos ng maraming araw ay tatawagin ka. Sa mga huling taon,"* nagsimulang magsibalik ang mga Israelita at itinatag muli ang bayan nila (Ezekiel 38:8). Bukod dito, dahil sila ay naging isa sa pinakamakapangyarihang bansa sa mundo pinagtibay muli ng Israel sa buong mundo ang pinakamahusay nilang mga katangian bilang isang bansa.

Nais ng Diyos na Maghanda ang Israel sa Pagbabalik ni Jesus

Hangad ng Diyos na hintayin at paghandaan ng panibagong-tatag na Israel ang Pagbabalik ng Mesyas. Dumating si Jesus sa Israel humigit-kumulang 2,000 taon na ang nakaraan, tinupad ang kalooban ng kaligtasan para sa sangkatauhan at naging Tagapagligtas at Mesyas para sa kanila. Nang Siya ay umakyat sa langit, ipinangako Niyang babalik Siya at gusto ng Diyos ngayon na hintayin ng mga hinirang Niya ang pagbabalik ng Mesyas nang may tunay na pananampalataya.

Kapag dumating muli si Jesu-Cristo, ang Mesyas, hindi Siya darating sa isang maruming kulungan ng mga hayop o magdurusa sa krus gaya ng ginawa Niya dalawang libong taon na ang nakalipas. Sa halip, darating Siya bilang pinuno ng hukbo ng langit at ng mga anghel at babalik sa mundong ito bilang Hari ng mga hari at Panginoon ng mga panginoon sa kaluwalhatian ng Diyos para makita ng buong mundo.

Tingnan ninyo, Siya'y dumarating na nasa mga ulap; at makikita Siya ng bawat mata, at ng mga umulos sa Kanya; at ang lahat ng mga lipi sa lupa ay tatangis dahil sa Kanya. Gayon nga. Amen (Apocalipsis 1:7).

Kapag dumating na ang nakatakdang panahon, makikita ng lahat ng tao, mananampalataya at hindi mananampalataya ang pagbabalik ng Panginoon sa mga ulap. Sa araw na iyon, ang lahat ng mga naniwala kay Jesus bilang Tagapagligtas ng buong sangkatauhan ay iaakyat sa mga ulap at makikibahagi sa Piging ng Kasalan sa kalawakan, ngunit ang iba ay maiiwan na nagdadalamhati.

Sapagkat nilikha ng Diyos ang unang nilalang na si Adan at sinimulan ang pangangalaga sa sangkatauhan, tiyak na mayroon itong katapusan. Tulad ng magsasaka na maghahasik ng binhi at mag-aani ng bunga, magkakaroon din ng panahon ng ani para sa pangangalaga sa sangkatauhan. Ang pangangalaga ng Diyos sa sangkatauhan ay matatapos sa Ikalawang Pagdating ni Jesu-Cristo, ang Mesyas.

Sinasabi sa atin ni Jesus sa Apocalipsis 22:7, *"Ako'y malapit nang dumating! Mapalad ang tumutupad ng mga salita ng propesiya ng aklat na ito."* Ang ating panahon ay nasa sa mga huling araw. Sa Kanyang hindi masukat na pag-ibig para sa

Israel, hindi tumitigil ang Diyos sa pagbibigay ng liwanag sa mga mamamayan Niya sa pamamagitan ng kasaysayan nila para tanggapin nila ang Mesyas. Maalab na hinahangad ng Diyos na tanggapin si Jesu-Cristo hindi lang ng mga pinili Niya, ang bansang Israel, kundi pati ng lahat ng sangkatauhan bilang Tagapagligtas bago matapos ang pangangalaga sa sangkatauhan.

Ang Bibliang Hebreo, kilala ng mga Cristiano bilang Lumang Tipan

Kabanata 3
Ang Diyos na Pinaniniwalaan ng Israel

Ang Batas at ang Tradisyon

Habang pinapangunahan ng Diyos ang mga pinili Niya, ang mga mamamayan ng Israel, sa paglabas mula sa Ehipto patungo sa lupang ipinangako na Canaan, bumaba Siya sa tuktok ng Bundok ng Sinai. Pagkatapos, tinawag ng PANGINOONG Diyos si Moises, ang namuno sa Exodo o paglikas, at sinabi sa kanya na dapat magpabanal ang mga saserdote kapag lalapit sila sa Diyos. At, dito ibinigay ng Diyos sa kanila ang Sampung Utos at marami pang ibang mga tuntunin sa pamamagitan ni Moises.

Nang ipinarating ni Moises ang lahat ng mga sinabi ng PANGINOONG Diyos at ang mga tuntunin sa mga mamamayan, sabay-sabay silang sumagot, *"Lahat ng mga salita na sinabi ng PANGINOON ay aming gagawin!"* (Exodo 24:3) Subalit habang nasa Bundok ng Sinai si Moises dahil tinawag siya ng Diyos, pinagbuo ng mga mamamayan si Aaron ng imahe ng isang guya at gumawa ng malaking kasalanan dahil sa pagsamba sa diyus-diyosan.

Paano nangyaring sila ang mga pinili ng Diyos pero gumawa ng malaking kasalanan? Ang lahat ng tao magmula pa kay Adan na nagkasala ng pagsuway ay mga inapo ni Adan at ipinanganak silang likas na makasalanan. Nagkakasala sila bago sila mapabanal sa pamamagitan ng paglilinis ng puso nila. Ito ang dahilan kung bakit isinugo ng Diyos ang bugtong na Anak Niyang si Jesus, at sa pamamagitan ng pagpako kay Jesus sa krus binuksan Niya ang pintuan ng kapatawaran ng lahat ng mga kasalanan ng sangkatauhan.

Bakit kaya ibinigay ng Diyos sa mga tao ang batas? Ang Sampung Utos na ibinigay sa kanila ng Diyos sa pamamagitan ni Moises, ang mga kautusan at mga tuntunin ay tinatawag na mga batas.

Sa Pamamagitan ng Batas, Inihatid sila ng Diyos sa Lupaing Dinadaluyan ng Gatas at Pulot

Ang dahilan at layunin ng Diyos sa pagbibigay ng mga batas sa bayan ng Israel sa Exodo o sa paglikas nila mula sa Ehipto ay upang tamasahin nila ang mga biyaya sa pagpasok nila sa Canaan, ang lupain na dinadaluyan ng gatas at pulot. Tinanggap ng mga mamamayan ang batas mula mismo kay Moises, ngunit hindi nila napanatili ang kasunduan sa Diyos at gumawa ng maraming mga kasalanan kasama na ang pagsamba sa diyus-diyosan at pangangalunya. Sa bandang huli, kinamatayan ng karamihan sa kanila ang mga kasalanan nila sa 40 taong pamumuhay nila sa ilang o disyerto.

Ang Aklat ng Deuteronomio ay isinulat batay sa mga huling salita ni Moises. Sinasaliksik nito ang mga pangako ng Diyos at mga batas. Nang ang karamihan sa mga unang henerasyon ng Exodo maliban kina Josue at Caleb ay nangamatay na at ang pagalis niya sa bayan ng Israel ay dumating na, masigasig na hinimuk ni Moises ang ikalawa at ikatlong henerasyon ng Exodo na ibigin nila ang Diyos at sundin ang mga utos Niya.

At ngayon, O Israel, ano ba ang hinihingi sa iyo ng PANGINOON mong Diyos? Kundi matakot ka sa PANGINOON mong Diyos, lumakad ka sa lahat ng Kanyang mga daan, at ibigin mo Siya, at paglingkuran mo ang PANGINOON mong Diyos ng buong puso at ng buong kaluluwa mo, na tuparin ang mga utos ng PANGINOON, at ang Kanyang mga tuntunin, na Aking iniuutos sa iyo sa araw na ito para sa iyong ikabubuti (Deuteronomio 10:12-13).

Ibinigay ng Diyos sa kanila ang batas dahil gusto Niya na kusang-loob nilang sundin ang mga ito mula sa puso nila at upang patunayan nila ang pag-ibig nila para sa Diyos sa pamamagitan ng pagsunod nila. Hindi ibinigay ng Diyos sa kanila ang batas para paghigpitan sila, sa halip, gusto Niyang tanggapin ang mga puso nilang masunurin at bigyan sila ng mga pagpapala.

Ang mga salitang ito na Aking iniuutos sa iyo sa araw na ito ay ilalagay mo sa iyong puso; at iyong ituturo nang buong sikap sa iyong mga anak, at iyong sasabihin sa kanila kapag ikaw ay nakaupo sa iyong bahay, kapag ikaw ay lumakad sa daan, at kapag ikaw ay nahihiga at kapag ikaw ay bumabangon. At iyong itatali ang mga ito bilang tanda sa iyong kamay at bilang panali sa iyong noo. At iyong isusulat ang mga ito sa pintuan ng iyong bahay at sa mga pasukan ng inyong mga bayan (Deuteronomio 6:6-9).

Sa pamamagitan ng mga talatang ito, sinabi ng Diyos sa kanila kung paano nila iingatan, ituturo at isasagawa ang batas ng buong puso nila. Sa loob ng mahabang panahon, ang mga utos at tuntunin ng Diyos na nakasulat sa Limang Aklat ni Moises ay isinaulo at iningatan nga. Ngunit ang pagsunod sa batas ay sa panlabas lang nila ipinakita.

Ang Batas at ang Tradisyon ng Matatanda

Halimbawa, ipinag-utos ng batas na mapanatiling banal ang Sabbath. Gumawa ang matatanda ng maraming detalyadong tradisyon batay sa mga batas bilang pagsunod sa kautusan tulad ng pagbabawal sa paggamit nila ng mga makabagong teknolohiya tulad ng awtomatikong mga pintuan, mga 'elevator' at mga 'escalator' at pagbubukas ng mga liham na may kinalaman sa negosyo, mga pasaporte, at iba pang mga pakete. Paano ba nagsimula ang mga tradisyon ng matatanda?

Nang mawasak ang Templo ng Diyos at binihag ang mga mamamayan ng Israel sa Babilonia, inakala nilang dahil ito sa kabiguan nilang paglingkuran ang Diyos ng buong puso nila. Inisip nilang kinakailangan nilang maglingkod sa Diyos ng mas maayos at gamitin ang batas sa mga situwasyong maaaring magbago sa paglipas ng panahon, kaya gumawa sila ng maraming mahigpit na alituntunin.

Ang mga alituntuning ito ay itinatag para makapaglingkod sa Diyos ng buong puso. Sa madaling salita, gumawa sila ng maraming mahigpit na mga alituntunin na magagamit sa bawat aspeto ng buhay para masunod nila ang ang mga batas sa buhay nila bawat araw.

Kung minsan, ang mahigpit na alituntunin ay nagsisilbing tagapag-ingat ng batas. Subalit, habang lumilipas ang panahon, hindi na nila nakita ang tunay na kahulugang nakapaloob sa mga batas at mas pinahalagahan ang panlabas na pagpapakita ng pagsunod ng batas. Sa ganitong paraan, lumihis na sila sa tunay na kahulugan ng batas.

Nakikita at tinatanggap ng Diyos ang puso ng bawat isang sumusunod sa batas sa halip na pahalagahan ang panlabas na pagpapakita ng pagsunod sa pamamagitan ng mga gawa. Bumuo Siya ng batas para mahanap ang mga tunay na sumasamba sa Kanya, at upang bigyan ng pagpapala ang mga taong sumusunod dito. Kahit maraming tao sa panahon ng Lumang Tipan ang tila sumusunod sa batas, marami din ang sumusuway.

O mayroon sana sa inyong magsara ng mga pinto, upang hindi kayo makapagpaningas ng apoy sa Aking dambana nang walang kabuluhan! Hindi Ko kayo kinalulugdan, sabi ng PANGINOON ng mga hukbo, at hindi Ako tatanggap ng handog mula sa inyong mga kamay (Malakias 1:10).

Nang siraan ng puri ng mga guro ng kautusan at ng matatanda si Jesus at hatulan ang mga alagad Niya, ito ay hindi dahil sumuway sila sa batas kundi dahil nilabag nila ang mga tradisyon ng mga matatanda. Mahusay ang paglalarawan dito sa Ebanghelyo ni Mateo.

Bakit lumalabag ang iyong mga alagad sa tradisyon ng matatanda? Hindi sila naghuhugas ng kanilang mga kamay bago sila kumain ng tinapay (Mateo 15:2).

Sa sandaling ito, ipinaliwanag sa kanila ni Jesus ang katotohanang hindi ang mga kautusan ng Diyos ang linabag, sa halip, ang mga tradisyon ng mga matatanda ang sinuway. Tunay ngang mahalagang sundin ang mga batas sa pamamagitan ng mga gawa, subalit mas mahalaga na mabatid ang tunay na kalooban ng Diyos na nakapaloob sa batas.

At sumagot si Jesus at sinabi sa kanila,

Bakit lumalabag kayo sa utos ng Diyos dahil

sa inyong tradisyon? Sapagkat sinabi ng Diyos, "Igalang mo ang iyong ama at ang iyong ina;" at, "Ang magsalita ng masama sa ama o sa ina, ay dapat mamatay." Ngunit sinasabi ninyo na sinumang magsabi sa kanyang ama o sa kanyang ina, "Anumang pakikinabangin mo mula sa akin ay ipinagkaloob ko na sa Diyos." Ang taong iyon ay hindi na kailangang gumalang pa sa kanyang ama. Kaya, pinawalangsaysay ninyo ang salita ng Diyos dahil sa inyong tradisyon (Mateo 15:3-6).

Sinasabi rin ni Jesus sa mga sumusunod na talata,

Kayong mga mapagkunwari, tama ang mga ipinahayag ni Isaias tungkol sa inyo nang sabihin niya, "Iginagalang Ako ng bayang ito sa kanilang mga labi, ngunit ang kanilang puso ay malayo sa Akin. At walang kabuluhan ang pagsamba nila sa Akin, na itinuturo nila bilang mga aral ang mga alituntunin ng mga tao" (Mateo 15:7-9).

Pagkatapos palapitin ni Jesus ang mga tao sa Kanya, sinabi Niya sa kanila,

Pakinggan ninyo ito at unawain. Hindi ang pumapasok sa bibig ang nagpaparumi sa tao, kundi ang lumalabas sa bibig ang nagpaparumi (Mateo 15:10-11).

Dapat igalang ng mga anak ng Diyos ang mga magulang nila. Kasama ito sa Sampung Utos. Ngunit itinuturo ng mga Fariseo na maaaring hindi na sundin ang tungkuling ito ng mga anak na maglilingkod at gagalang sa mga magulang nila sa pamamagitan ng mga ari-arian nila at sasabihing ang mga ito ay ihahandog sa Diyos. Gumawa sila ng napakaraming detalyadong tuntunin tungkol sa bawat aspeto ng buhay kaya hindi na magawang sundin ng mga Gentil ang lahat ng mga tradisyon ng mga matatanda. Akala nila, gumagawa sila ng mabubuti bilang mga pinili ng Diyos.

Ang Diyos na Pinaniniwalaan ng Israel

Nang magpagaling si Jesus sa may sakit sa araw ng Sabbath, hinatulan Siya ng mga Fariseo sa paglabag sa Sabbath. Isang araw, nang pumasok si Jesus sa isang sinagoga may nakita Siyang isang taong paralisado ang kamay na nakatayo sa harap ng mga Fariseo. Gusto ni Jesus na pagsabihan at tanungin ang mga ito. Kaya sinabi Niya:

> *Ipinahihintulot ba na gumawa ng mabuti sa araw ng Sabbath, o ang gumawa ng masama, magligtas ng buhay, o pumuksa nito?* (Marcos 3:4)

> *Sino kaya sa inyo, na kung mayroon siyang isang tupa, na kung mayroong isang tupa, at nahulog ito sa isang hukay sa araw ng Sabbath, ay hindi ba niya ito aabutin, at hahanguin? Gaano pa ngang higit na*

mahalaga ang isang tao kaysa isang tupa! Kaya't matuwid na gumawa ng mabuti sa araw ng Sabbath (Mateo 12:11-12).

Dahil dati pang marami nang alam ang mga Fariseo tungkol sa batas na binuo nila batay sa tradisyon ng mga matatanda at dinagdagan ng mga makasariling saloobin at mga pag-uugali nila sa buhay, hindi lang sila nabigong matanto ang tunay na kalooban ng Diyos na nakapaloob sa batas, nabigo rin silang makilala si Jesus na dumating sa mundo bilang Tagapagligtas.

Madalas itong ipinapaalala sa kanila ni Jesus at hinimuk silang magsisi at talikuran ang mga maling bagay na ginagawa nila. Pinagsabihan Niya sila dahil binalewala nila ang tunay na layunin ng Diyos tungkol sa mga batas na ibinigay Niya sa kanila. Binago nila at nanatili sila sa panlabas na pagpapakita ng pagsunod sa mga batas.

Kahabag-habag kayo, mga eskriba at mga Fariseo, mga mapagkunwari! Sapagkat nag-iikapu kayo ng yerbabuena, ng anis at ng komino, at inyong pinababayaan ang higit na mahalagang bagay ng kautusan: ang katarungan, ang habag, at ang pananampalataya. Subalit dapat sana ninyong gawin ang mga ito nang hindi pinababayaan ang iba (Mateo 23:23).

Kahabag-habag kayo, mga eskriba at mga Fariseo,

mga mapagkunwari! Sapagka't nililinis ninyo ang labas ng kopa at ng pinggan, ngunit sa loob ay puno sila ng kasakiman at kalayawan (Mateo 23:25).

Nailarawan sa isip ng mga mamamayan ng Israel na nasa ilalim ng Imperyong Romano na ang Mesyas ay darating para sa kanila nang may dakilang kapangyarihan at karangalan at palalayain Niya sila mula sa mga nagpapahirap sa kanila at mamumuno sa lahat ng lahi sa lahat ng mga bansa.

Samantala, mayroong isang taong ipinanganak ng isang karpintero; sumama Siya sa mga pinabayaan, mga maysakit, at mga makasalanan; tinawag Niya ang Diyos na "Ama," at sinabi Niyang Siya ang Ilaw ng sanlibutan. Nang pagsabihan Niya sila tungkol sa mga kasalanan nila, nasaktan ang damdamin ng mga sumusunod sa batas batay sa sarili nilang pamantayan at nagsasabing matuwid sila kaya ipinako nila Siya sa krus nang walang dahilan.

Nais ng Diyos na Magkaroon Tayo ng Pag-ibig at Kapatawaran

Mahigpit na sinusunod ng mga Fariseo ang mga tuntunin ng Judaismo at mahabang panahon na nilang pinapahalagahan sa buhay nila ang mga kaugalian at mga tradisyon nito. Itinuturing nilang makasalanan ang mga kolektor ng buwis na nagtatrabaho para sa Imperyong Romano, kaya iniiwasan nila ang mga ito.

Sa simula ng Mateo 9:10 sinasabing habang si Jesus ay nakaupo sa may hapag-kainan ng bahay ng isang maniningil ng buwis na si Mateo, maraming mga maniningil ng buwis at makasalanan ang nagkainang kasama si Jesus at ang mga alagad Niya. Nang makita ito ng mga Fariseo sinabi nila sa mga alagad Niya, "Bakit kumakain ang Guro ninyo kasama ng mga kolektor ng buwis at mga makasalanan?" Nang marinig ni Jesus na hinuhusgahan ang mga alagad Niya, ipinaliwanag Niya sa kanila ang tungkol sa puso ng Diyos. Ibinibigay ng Diyos ang pag-ibig Niyang hindi nagmamaliw at habag sa sinumang nagsisisi ng buong puso at tumatalikod mula sa kanilang mga kasalanan.

Sa pagpapatuloy sa Mateo 9:12-13, *"Ngunit nang marinig ito ni Jesus ay sinabi Niya, 'Ang mga walang sakit ay hindi nangangailangan ng manggagamot, kundi ang mga may sakit. Kaya humayo kayo at pag-aralan ninyo kung ano ang kahulugan nito: Habag ang ibig Ko, at hindi handog.' Sapagkat hindi Ako pumarito upang tawagin ang mga matuwid, kundi ang mga makasalanan."*

Nang umabot na hanggang langit ang kasamaan ng mga tao sa Nineveh, halos wasakin na ng Diyos ang lungsod na ito. Subalit, bago ito gawin ng Diyos, nagpadala Siya ng propeta Niyang si Jonas, para sabihan silang magsisi sa mga kasalanan nila. Ang mga mamamayan ay nag-ayuno at lubusang nagsisi mula sa mga kasalanan nila, kaya hindi sila winasak ng Diyos. Gayon pa man, iniisip ng mga Fariseo na ang sinumang lumabag sa batas ay dapat mahatulan. Ang pinaka-mahalagang bahagi ng batas ay ang hindi nagmamaliw na pag-ibig at pagpapatawad, subalit nasa isip ng mga Fariseo na ang paghatol sa isang tao ay mas tama at mahalaga kaysa sa pagpapatawad sa kanya nang may pag-ibig.

Sa ganito ring paraan, kung hindi natin nauunawaan ang kalooban ng Diyos na nagbigay sa atin ng batas, napipilitan tayong hatulan ang lahat ng bagay batay sa sarili nating mga saloobin at teorya kaya ang mga paghatol na ito ay mali at laban sa Diyos.

Ang Tunay na Dahilan ng Diyos sa Pagbibigay ng Batas

Nilikha ng Diyos ang langit at ang lupa at ang lahat ng bagay na narito at nilikha ang tao para magkaroon ng tunay na mga anak na tutulad sa puso Niya. Sa layuning ito, sinabi ng Diyos sa kanila *"kayo'y maging banal, sapagkat Ako ay banal"* (Levitico 11:44). Pinaniniwalaan Niyang may takot tayo sa Kanya kung hindi lang pagpapakitang tao ang pagiging maka-Diyos natin subalit magiging walang bahid kung iwawaksi ang mga kasamaan na nasa puso.

Noong panahon ni Jesus mas interesado ang mga Fariseo at mga eskriba sa paghahandog at mga gawaing sumusunod sa batas kaysa sa pagpapabanal ng puso nila. Nalulugod ang Diyos sa isang bagbag at nagsisising puso kaysa sa pagsasakripisyo (Awit 51:16-17), kaya ibinigay Niya sa atin ang batas para magsisi tayo sa ating mga kasalanan at talikuran ang mga ito sa pamamagitan ng batas.

Nakapaloob sa Batas ng Lumang Tipan ang Tunay na Kalooban ng Diyos

Ang mga ginagawang pagsunod ng mga mamamayan ng Israel sa batas ay hindi nangangahulugang hindi nila iniibig ang

Diyos. Subalit ang tunay na gusto ng Diyos na gawin nila ay ang pagpapabanal ng puso nila kaya mahigpit silang pinagsabihan ng Diyos sa pamamagitan ni Propeta Isaias.

"Ano sa Akin ang dami ng inyong mga handog? sabi ng PANGINOON; puno na Ako sa mga lalaking tupa na handog na sinusunog, at ang taba ng mga pinatabang baka; at Ako'y hindi nalulugod sa dugo ng mga toro, mga kordero at ng mga kambing na lalaki. Nang kayo'y dumating upang tingnan ang Aking mukha, sinong humiling nito mula sa inyong kamay, na inyong yurakan ang Aking mga bulwagan? Huwag na kayong magdala ng mga walang kabuluhang alay; ang insenso ay karumaldumal sa Akin. Ang bagong buwan, ang Sabbath, at ang pagtawag ng mga kapulungan – hindi Ko na matiis ang kasamaan at ang banal na pagpupulong" (Isaias 1:11-13).

Ang tunay na kahulugan ng pagsunod sa batas ay hindi sa panlabas na gawa kundi sa pagnanais sa kaibuturan ng puso. Kaya hindi nalulugod ang Diyos sa maraming mga handog na iniaalay lang sa pamamagitan ng mga kinagawian at mapagpaimbabaw na mga gawa sa pagpasok sa banal na santuwaryo. Kahit gaano pa karaming handog ang ialay nila ayon sa batas, hindi nalugod ang Diyos sa kanila dahil ang mga puso nila ay hindi umaaayon sa kalooban ng Diyos.

Katulad din ito ng pananalangin natin. Mas mahalaga ang

nilalaman ng puso natin. Sinasabi sa Mga Awit 66:18, *"Kung iningatan ko ang kasamaan ng aking puso ang PANGINOON ay hindi makikinig."* Ipinaalam ng Diyos sa mga tao sa pamamagitan ni Jesus na hindi Siya nagagalak sa mga panalanging mapagpaimbabaw o pakitang-tao, kundi sa taos-pusong panalangin lang.

At kapag kayo ay nananalangin, huwag kayong maging tulad ng mga mapagkunwari; sapagkat ibig nilang tumayo at manalangin sa mga sinagoga at sa mga panulukan ng mga lansangan upang makita sila ng mga tao. Katotohanang sinasabi Ko sa inyo, tinanggap na nila ang kanilang gantimpala. Ngunit kapag ikaw ay mananalangin, pumasok ka sa iyong silid, at pagkasara mo ng iyong pinto, ay manalangin ka sa iyong Ama na nasa lihim, at ang iyong Ama na nakakakita ng mga lihim ay gagantimpalaan ka (Mateo 6:5-6).

Ganito din ang mangyayari kapag magsisisi tayo sa mga kasalanan natin. Kapag nagsisisi tayo, ayaw ng Diyos na punitin natin ang mga damit natin at managhoy nang may abo kundi dapat nating ihayag ang nilalaman ng ating mga puso at lubos na magsisi sa mga kasalanan. Ang aksyon ng pagsisisi mismo ay hindi mahalaga dapat itong manggaling sa kaibuturan ng puso at magpasyang talikuran ang mga kasalanang ito. Tatanggapin ng Diyos ang pagsisising ito.

"Gayunma'y ngayon," sabi ng PANGINOON, "manumbalik kayo sa Akin ng inyong buong puso, na may pag-aayuno, at may pagtangis, at pagdadalamhati. At punitin ninyo ang inyong puso at hindi ang inyong mga damit." Manumbalik kayo sa PANGINOON ninyong Diyos; sapagkat Siya'y mapagbiyaya at mahabagin, hindi magagalitin, at sagana sa tapat na pag-ibig, at nalulungkot sa kasamaan" (Joel 2:12-13).

Sa madaling salita, mas mahalaga sa Diyos ang laman ng puso para masunod ang kautusan kaysa sa mga pagpapakita mismo ng pagsunod sa mga batas sa pamamagitan ng gawa. Ito ay inilarawan sa Biblia bilang "pagtutuli ng puso." Maaari nating linisin ang mga katawan natin sa pamamagitan ng pagtanggal ng pangibabaw na balat, habang maaari tayong lubos na sumunod sa mga batas sa pamamagitan ng paglilinis ng ating mga puso.

Ang Paglilinis ng Puso na Nais ng Diyos

Ano ang tunay na kahulugan ng 'linisin ang puso'? Ito ay tumutukoy sa "pagtanggal at pagwaksi ng lahat ng uri ng kasamaan at kasalanan tulad ng inggit, selos, mainiting ulo, sama ng loob, pangangalunya, kasinungalingan, pandaraya, paghatol, at panghuhusga mula sa puso." Kapag iwinaksi ninyo ang mga kasalanan at mga kasamaan mula sa puso ninyo bago ninyo sundin ang mga batas, tatanggapin ito ng Diyos bilang ganap na pagsunod.

Tuliin ninyo ang inyong mga sarili para sa PANGINOON, at inyong alisin ang maruming balat ng inyong puso, O mga taga-Juda at mga mamamayan ng Jerusalem; baka ang Aking poot ay sumiklab na parang apoy, at magliyab na walang makakapatay nito, dahil sa kasamaan ng inyong mga gawa (Jeremias 4:4).

Tuliin ninyo ang balat ng inyong puso, at huwag ninyong pagmatigasin ang inyong ulo (Deuteronomio 10:16).

Ang Ehipto, Juda at Edom, at ang mga anak ni Ammon, at ni Moab, at ang lahat ng naninirahan sa ilang na inaahit ang buhok sa kanilang noo, sapagkat ang lahat ng mga bansang ito ay hindi tuli, at ang buong sambahayan ng Israel ay hindi tuli sa puso (Jeremias 9:26).

Tutuliin ng PANGINOON mong Diyos ang iyong puso, at ang puso ng iyong binhi, upang ibigin mo ang PANGINOON mong Diyos ng buong puso at kaluluwa mo, upang ikaw ay mabuhay (Deuteronomio 30:6).

Kaya, madalas tayong hinihikayat sa Lumang Tipan na linisin ang mga puso natin dahil ang mga may malinis na puso lang ang maaaring umibig sa Diyos ng buong puso at kaluluwa.

Gusto ng Diyos na maging banal at perpekto ang mga anak Niya. Sa Genesis 17:1, sinabi ng Diyos kay Abraham na "maging walang kapintasan," at sa Levitico 19:2, ipinag-uutos Niya sa mga mamayan ng Israel na "Kayo'y magpakabanal."

Sinasabi sa Juan 10:35, *"Kung tinawag niyang mga diyos ang mga dinatnan ng salita ng Diyos (at hindi maaaring masira ang kasulatan),"* at sinasabi sa 2 Pedro 1:4, *"Gayon Niya ipinagkaloob sa atin ang kanyang mahahalaga at mga dakilang pangako upang sa pamamagitan ng mga ito ay makatakas kayo sa kabulukang nasa sanlibutan dahil sa masamang pagnanasa, at maging kabahagi kayo sa likas ng Diyos."*

Sa panahon ng Lumang Tipan, naligtas sila sa pamamagitan ng pagsunod sa batas, samantalang sa panahon naman ng Bagong Tipan maliligtas tayo sa pamamagitan ng pananampalataya kay Jesu-Cristo na tumupad ng batas nang may pag-ibig.

Ang kaligtasan sa panahon ng Lumang Tipan ay posible kung ang makasalanang paghahangad nila na pumatay, mapoot, mangalunya, at magsinungaling ay hindi nila naisagawa. Noong panahon ng Lumang Tipan hindi nananahan sa kanila ang Banal na Espiritu kaya hindi nila magawang iwaksi ang makasalanang paghahangad nila sa pamamagitang ng sariling lakas nila. Kaya kung hindi nila naisagawa ang kasalanan, hindi sila itinuturing na makasalanan.

Gayun pa man, sa panahon ng Bagong Tipan, maaari tayong

maligtas kung lilinisin natin ang mga puso natin sa pamamagitan ng pananampalataya. Ipinababatid sa atin ng Banal na Espiritu ang tungkol sa kasalanan, katuwiran, at paghatol at tinutulungan tayong mamuhay sa salita ng Diyos para maiwaksi natin ang mga kasinungalingan at likas na kasalanan para linisin ang mga puso natin.

Ang kaligtasan sa pamamagitan ng pananampalataya kay Jesu-Cristo ay hindi basta ibinibigay sa isang taong nakakaalam at naniniwala na si Jesu-Cristo ang Tagapagligtas. Sa mata ng Diyos ang tunay na pananampalataya ay kapag iwinaksi na natin ang mga kasamaan mula sa puso natin dahil iniibig natin Siya at kapag lumalakad tayo sa katotohanan sa pamamagitan ng pananampalataya. Hindi lang Niya tayo gagabayan sa ganap na kaligtasan kundi dadalhin tayo patungo sa landas ng mga kahanga-hangang mga kasagutan at pagpapala.

Paano Magbibigay Lugod sa Diyos

Natural lang na ang isang anak ng Diyos ay hindi magkasala sa mga gawa. Pangkaraniwan din sa kanya na iwaksi ang mga kasinungalingan at makasalanang mga hangarin ng puso upang tularan ang kabanalan ng Diyos. Kung hindi kayo gumagawa ng kasalanan ngunit may makasalanang paghahangad ang kalooban ninyo na hindi nagugustuhan ng Diyos, hindi ka ituturing na matuwid ng Diyos.

Kaya nakasulat sa Mateo 5:27-28, *"Narinig ninyo na sinabi, 'Huwag kang mangangalunya.' Ngunit sinasabi Ko sa inyo, na ang bawat tumitingin sa isang babae na may pagnanasa ay nagkakasala na sa kanya ng pangangalunya sa kanyang puso."*

At sinasabi sa 1 Juan 3:15, *"Ang sinumang napopoot sa kanyang kapatid ay mamamatay-tao, at nalalaman ninyong ang buhay na walang hanggan ay hindi nananatili sa sinumang mamamatay-tao."* Hinihikayat tayo ng talatang ito na iwaksi natin ang poot mula sa mga puso natin.

Paano ninyo haharapin ang mga kaaway ninyong galit sa inyo kung gusto ninyong magbigay lugod at sundin ang kalooban Niya?

Sinasabi sa atin ng batas ng Lumang Tipan, "Mata sa mata (at) ngipin sa ngipin." Sa madaling salita, sinasabi ng batas na, *"...Ayon sa kanyang pagkapinsala sa tao, siya ay pipinsalain"* (Levitico 24:20). Mahigpit na tuntunin ito para iwasan ng isang tao na makasakit o makapinsala sa kapwa niya. Batid ng Diyos na ang sangkatauhan ay gaganti sa iba nang higit pa sa pananakit na ginawa sa kanya dahil sa kasamaan niya.

Pinapurihan si Haring David bilang isang tao na sumusunod sa kalooban ng Diyos. Nang subukan ni Haring Saulo na patayin siya, hindi gumanti si David, ni sa kahit anumang kasamaang ginawa ni Haring Saulo sa kanya, sa halip, pinakitaan pa niya ito ng kabutihan hanggang sa huling sandali. Nabatid ni David ang tunay na kahulugan na nakapaloob sa mga batas at ipinamuhay niya ang salita ng Diyos.

Huwag kang maghihiganti o magtatanim ng galit laban sa mga anak ng iyong bayan; kundi ibigin mo ang iyong kapwa na gaya ng sa iyong sarili: Ako ang PANGINOON (Levitico 19:18).

Kapag nabubuwal ang iyong kaaway ay huwag kang magalak, at huwag matuwa ang iyong puso kapag siya'y bumabagsak (Mga Kawikaan 24:17).

Kung ang iyong kaaway ay gutom, bigyan mo siya ng makakain; at kung siya'y uhaw, bigyan mo siya ng tubig na iinumin (Mga Kawikaan 25:21).

"Narinig ninyo na sinabi, 'Ibigin mo ang iyong kapwa, at kapootan mo ang iyong kaaway.' Ngunit sinasabi Ko sa inyo, ibigin ninyo ang inyong mga kaaway, at idalangin ninyo ang umuusig sa inyo" (Mateo 5:43-44).

Ayon sa mga talatang ito, kung sinusunod ninyo ang batas ngunit hindi nagpapatawad sa taong nanggugulo sa inyo, hindi nalulugod ang Diyos sa inyo. Sapagkat sinabi Niya sa atin na ibigin natin ang mga kaaway natin. Kapag susunod ka sa batas nang may pusong nakakalugod sa Diyos, ituturing na ganap ang pagsunod ninyo sa salita Niya.

Ang Batas, Tanda ng Pag-ibig ng Diyos

Nais ng Diyos ng pag-ibig na bigyan tayo ng walang katapusang biyaya, pero dahil Siya ay Diyos na makatarungan, wala Siyang magawa kundi ipaubaya Niya tayo sa diyablo sa tuwing magkakasala tayo. Ito ang dahilan kung bakit may mga mananampalataya sa Diyos na nagdurusa sa mga karamdaman at kapahamakan kapag hindi sila namumuhay ayon sa salita ng Diyos.

Ang Diyos ay nagbigay sa atin ng maraming kautusan upang maprotektahan Niya tayo mula sa mga pagsubok at mga paghihirap dahil iniibig Niya tayo. Gaano karaming tagubilin ba ang ibinibigay ng mga magulang sa kanilang mga anak upang protektahan sila mula sa mga sakit at sakuna?

"Maghugas kayo ng kamay pag-uwi ninyo."
"Magsipilyo kayo pagkakain."
"Lumingon sa kaliwa at kanan bago tumawid sa kalsada."

Sa ganito ring paraan, sinasabi ng Diyos na sundin natin ang mga kautusan at mga tuntunin Niya para sa kabutihan natin at dahil sa pag-ibig Niya sa atin (Deuteronomio 10:13). Ang pagsunod at pagsasabuhay ng salita ng Diyos ay tulad ng ilawan sa paglalakbay natin sa buhay. Kahit gaano man kadilim makakarating tayo sa patutunguhan natin kung may ilawan tayo, kaya kapag ang Diyos na Siyang liwanag ay nasa atin, mapoprotektahan tayo at tatamasahin natin ang karapatan at pagpapala bilang mga anak ng Diyos.

Tunay na nalulugod ang Diyos kapag iniingatan Niya ang mga anak Niya na sumusunod sa salita Niya at ibinibigay sa kanila kahit ano pa ang kanilang hilingin! Kaya maaaring baguhin ng mga anak Niya ang mga puso nila para maging malinis, mabuti at katulad ng puso ng Diyos kung iingatan at susundin nila ang salita Niya. Madadama nila ang lalim ng pag-ibig ng Diyos nang sa ganoon ay maaari nilang ibigin Siya nang mas higit pa.

Samakatwid, ang batas na ibinigay ng Diyos sa atin ay katulad ng libro ng pag-ibig na nagsisilbing gabay para makamit ang pinakamahusay na pagpapala para sa atin na nasa pangangalaga ng Diyos sa lupa. Ang batas ng Diyos ay hindi nagdadala ng kabigatan sa atin sa halip, proteksyon natin ito mula sa lahat ng uri ng sakuna dito sa mundo na nasa ilalim ng kaaway na diyablo at Satanas at gumagabay sa atin sa landas ng pagpapala.

Tinupad ni Jesus ang Batas ng may Pag-ibig

Sa Deuteronomio 19:19-21 mababasa natin na noong panahon ng Lumang Tipan kapag may nagkasala sa pamamagitan ng kanilang mga mata, kailangang dukutin ang mga mata nila. Kapag nagkasala sila sa pamamagitan ng mga kamay o paa nila, ang mga ito ay puputulin. Kapag pumatay o nangalunya sila, babatuhin sila hanggang sa mamatay.

Sinasabi sa batas ng espirituwal na kaharian na ang resulta ng mga kasalanan natin ay kamatayan. Ito ang dahilan kung bakit matindi ang parusa ng Diyos sa mga gumawa ng mga walang kapatawarang kasalanan. Kaya gusto Niyang bigyan ng babala ang marami pang ibang tao na huwag gumawa ng ganoong mga kasalanan.

Subalit hindi nalugod ang Diyos ng pag-ibig sa pananampalatayang taglay nila para masunod ang batas na nagsasabing, "mata sa mata at ngipin sa ngipin." Sa halip, sa Lumang Tipan, paulit-ulit Niyang binigyang diin na dapat nilang linisin ang mga puso nila. Ayaw Niyang danasin ng mga nilalang Niya ang mga pasakit dahil sa batas. Kaya nang dumating ang panahon, ipinadala Niya si Jesus sa lupa at hinayaang Siyang akuin ang lahat ng mga kasalanan ng sangkatauhan at tuparin ang kautusan dahil sa pag-ibig.

Kung hindi ipinako si Jesus sa krus, puputilin ang mga kamay at paa natin kapag nagkasala tayo sa pamamagitan ng mga ito. Subalit ipinasan ni Jesus ang krus at dumanak ang mahalaga Niyang dugo sa pagkakapako ng mga kamay at paa Niya para hugasan ang lahat ng mga kasalanan natin. Hindi na tayo paparusahan dahil sa dakilang pag-ibig ng Diyos.

Bumaba sa lupa si Jesus, na Siyang Diyos ng pag-ibig, at tinupad ang batas na may pag-ibig. Siya ay namuhay ng kapuri-puring buhay at sumunod sa lahat ng mga batas ng Diyos.

Gayon pa man, kahit sinunod Niya ang lahat ng batas, hindi Niya pinarusahan ang mga taong hindi sumunod sa mga batas, sinasabing, "Linabag mo ang kautusan at patungo ka na sa kamatayan." Sa halip, itinuro Niya sa mga tao ang katotohanan araw at gabi para magsisi at maabot ang kaligtasan ng kahit isa pang kaluluwa. At, patuloy Siyang gumawa, nagpagaling at nagpalaya ng mga may karamdaman, kahinaan at mga nasasaniban ng diyablo.

Naipahayag ang katangi-tanging pag-ibig ni Jesus nang may isang babaing nangalunya. Siya ay dinala kay Jesus ng mga eskriba at mga Fariseo. Sa ikawalong kabanata ng Ebanghelyo ni Juan, dinala ng mga eskriba at mga Fariseo ang babae sa Kanya at tinanong Siya, *"Sa kautusan ay ipinag-utos sa amin ni Moises na batuhin ang mga ganyan. Ano ngayon ang Iyong masasabi tungkol sa kanya?"* (t. 5) Sumagot si Jesus at sinabing, *"Ang walang kasalanan sa inyo, ang siyang unang bumato sa kanya"* (t. 7).

Sa pamamagitan ng tanong na iyon, gusto ni Jesus na maisip nila na sila lahat ay makasalanan sa harap ng Diyos. Humahanap din sila ng paraan para maakusahan si Jesus. Walang karapatang humatol ang sinuman sa kanila. Nang marinig ito ng mga tao, nangusap sa kanila ang mga konsiyensya nila, isa-isa silang lumabas, mula sa pinakamatanda hanggang sa huli. Naiwan si Jesus na nag-iisa at ang babae na nakatayo sa gitna.

Walang natira kundi ang babae, sinabi Niya sa kanya, *"Babae, nasaan sila? Wala na bang ni isang humatol sa iyo?"* (t. 10) At sinabi niya, "Walang sinuman, Panginoon." At sinabi sa kanya ni Jesus, *"Hindi rin kita hahatulan. Humayo ka na at mula ngayo'y huwag ka nang magkasala"* (t. 11).

Noong dinala ang babae sa harapan ni Jesus at inihayag ang

walang kapatawarang kasalanan niya, natakot siya. Kaya, nang patawarin siya ni Jesus, napaiyak siya dahil sa matinding emosyon at pagpapasalamat. Sa tuwing naaalala niya ang pagpapatawad at pag-ibig ni Jesus, wala na siyang lakas ng loob na sumuway sa batas ni magkasalang muli. Posible ito dahil nakilala niya si Jesus na tumupad sa batas nang may pag-ibig.

Tinupad ni Jesus ang batas ng may pag-ibig hindi lang para sa babaing ito kundi pati na rin para sa lahat ng tao. Hindi niya ipinagkait ang buhay Niya. Ibinigay Niya ang buhay Niya para sa ating mga makasalanan doon sa krus. Ang puso Niya ay tulad ng puso ng mga magulang na hindi nagkakait ng buhay nila mailigtas lang ang mga anak nila sa pagkakalunod.

Si Jesus ay walang kasalanan, walang bahid at Siya ang bugtong na Anak ng Diyos, subalit dinala Niya ang lahat ng mga kahirapang mahirap ilarawan, dumanak ang lahat ng dugo mula sa katawan Niya at ibinigay ang buhay Niya sa krus para sa mga kasalanan natin. Ang pagkapako Niya sa krus ay ang pinakamakabagbag-pusong sandali ng pagtupad ng pinakadakilang pag-ibig sa buong kasaysayan ng sangkatauhan.

Kapag nakamit natin ang kapangyarihan ng pag-ibig Niya, tatanggapin natin ang lakas para sundin ang batas nang may pag-ibig tulad ng ginawa ni Jesus.

Kung hindi tinupad ni Jesus ang batas ng may pag-ibig at sa halip ay hinatulan at pinarusahan ang sinuman sa pamamagitan ng batas at tinalikuran ang mga makasalanan, ilang tao kaya ang maliligtas sa mundong ito? Nakasulat sa Biblia, *"Walang matuwid, wala, wala, kahit isa"* (Mga Taga-Roma 3:10), wala ni isa ang maliligtas.

Samakatwid, ang mga anak ng Diyos na pinatawad na sa mga kasalanan nila dahil sa dakilang pag-ibig ng Diyos ay dapat ipakita ang pag-ibig nila sa Kanya sa pamamagitan ng pagsunod sa mga batas Niya ng may pagpapakumbaba. Ibigin din nila ang kapwa nila gaya ng pag-ibig nila sa mga sarili nila at paglingkuran at patawarin sila.

Ang Mga Humahatol at Nagpaparusa sa Kapwa sa Pamamagitan ng Batas

Tinupad ni Jesus ang batas ng may pag-ibig at naging Tagapagligtas ng buong sangkatauhan, ngunit ano ang ginawa ng mga Fariseo, mga eskriba at mga guro ng batas? Ipinilit nilang sundin ang batas sa pamamagitan ng mga gawa kaysa sa pabanalin ang mga puso nila na siyang nais ng Diyos. Iniisip nilang lubos ang pagsunod nila sa batas. At saka, hindi nila pinatawad ang mga taong hindi sumunod sa batas sa halip, hinatulan at pinarusahan nila ang mga ito.

Subalit ayaw ng ating Diyos na hatulan at parusahan natin ang iba nang walang habag at pag-ibig. Ni hindi Niya ginusto na magpakahirap tayo sa pagsunod sa batas ng hindi nararanasan ang pag-ibig ng Diyos. Kung susundin natin ang batas ng hindi nauunawaan ang kalooban ng Diyos at gagawin ito ng walang pag-ibig, wala itong pakinabang para sa atin.

At kung mayroon akong kaloob ng propesiya, at nauunawaan ko ang lahat ng mga hiwaga at ang lahat ng mga kaalaman, at kung mayroon akong buong pananampalataya, upang mapalipat ko ang mga bundok, ngunit wala akong pag-ibig, ako ay walang kabuluhan. At kung ipamigay ko ang lahat ng aking mga ari-arian, at kung ibigay ko ang aking katawan upang sunugin, subalit walang pag-ibig, wala akong mapapakinabang (1 Mga Taga-Corinto 13:2-3).

Ang Diyos ay pag-ibig, at nagagalak Siya at pinagpapala Niya tayo kung tayo ay gumagawa ng may pag-ibig. Noong panahon ni Jesus, ang mga Fariseo ay walang pag-ibig sa puso kapag sumusunod sila sa batas, kaya wala itong pakinabang para sa kanila. Hinatulan at pinarusahan nila ang iba batay sa kaalaman nila tungkol sa batas. Naging dahilan ito ng paglayo nila sa Diyos at nagwakas sa pagpako nila sa Anak ng Diyos sa krus.

Kapag Naunawaan Ninyo ang Tunay na Kalooban ng Diyos na Nakapaloob sa Batas

Kahit noong panahon ng Lumang Tipan, mayroong mga kahanga-hangang ama ng pananampalataya na naunawaan ang tunay na kalooban ng Diyos na nakapaloob sa batas. Hindi lang sinunod ng mga ama ng pananampalataya na sina Abraham, Jose, Moises, David, at Elias ang batas kundi nagsikap pa silang maging tunay na mga anak ng Diyos sa pamamagitan ng masigasig na paglilinis ng mga puso nila.

Gayun pa man, nang isugo ng Diyos si Jesus bilang Mesyas para ipakilala sa mga Judio ang Diyos ni Abraham, ang Diyos ni Isaac, at ang Diyos ni Jacob, Siya ay hindi nila kinilala. Sapagkat bulag sila sa mga tradisyon ng mga matatanda at sa pagsunod sa batas sa pamamagitan ng mga gawa.

Upang patunayan na Siya ang Anak ng Diyos, nagpakita si Jesus ng mga kagila-gilalas na mga kababalaghan at mapaghimalang mga tanda na posible lang mangyari sa pamamagitan ng kapangyarihan ng Diyos. Subalit hindi man lang nila kinilala si Jesus o tinanggap bilang Mesyas.

Subalit iba ang pangyayari sa mga Judio na may mabubuting puso. Noong napakinggan nila ang mensahe ni Jesus, naniwala sila sa Kanya at noong nakita nila ang mga mahimalang mga tanda na ginawa Niya, naniwala sila na ang Diyos ay sumasa Kanya. Sa ikatatlong kabanata ng Ebanghelyo ni Juan, may lumapit kay Jesus na isang Fariseo na nagngangalang "Nicodemo" isang gabi at sinabi sa Kanya ang mga sumusunod,

> *Rabi, nalalaman naming ikaw ay isang guro na mula sa Diyos; sapagkat walang makakagawa ng mga tanda na iyong ginagawa, malibang kasama Niya ang Diyos* (Juan 3:2).

Ang Diyos ng Pag-ibig – Naghihintay para sa Pagbabalik ng Israel

Bakit kaya hindi kinilala ng karamihan sa mga Judio si Jesus na dumating sa lupa bilang Tagapagligtas? Nagbuo sila ng mga sariling saloobin tungkol sa batas sa pagaakalang minamahal at pinaglilingkuran nila ang Diyos. Hindi sila handang tanggapin ang mga bagay na hindi sasang-ayon sa mga paniniwala nila.

Matibay ang paniniwala ni Pablo na ang lubos na pagsunod sa batas at sa mga tradisyon ng matatanda ay pagpapakita ng paglilingkod at pag-ibig sa Diyos hanggang sa nakilala niya ang Panginoong Jesus. Ito ang dahilan kung bakit hindi niya tinanggap si Jesus bilang Tagapagligtas sa halip ay inusig Siya at ang mga nananampalataya sa Kanya. Nang makilala Niya ang Panginoong Jesus na nabuhay muli sa paglalakbay niya patungo sa Damasco, ang mga paniniwala niya ay nabuwag at siya ay naging apostol ng kanyang Panginoong si Jesu-Cristo. Magmula noon, ibibigay niya maging ang buhay niya para sa Panginoon.

Ang pagnanais na sumunod sa batas ay ang kaibuturan ng pagkatao ng mga Judio. Ito ang kalakasan ng mga pinili ng Diyos, ang Israel. Kaya, sa oras na mapagtanto nila ang tunay na kalooban ng Diyos na nakapaloob sa batas, mas higit pa nilang mamahalin ang Diyos kaysa sa ibang mga tao o lahi at magiging tapat sila sa Diyos sa buong buhay nila.

Nang pamunuan ng Diyos ang mga Israelita palabas ng Ehipto, ibinigay Niya sa kanila ang lahat ng batas at utos sa pamamagitan ni Moises, at sinabi sa kanila kung ano ang nais Niyang ipagawa sa kanila. Ipinangako Niya sa kanila na kung iibigin nila ang Diyos, lilinisin ang mga puso nila at mamumuhay ayon sa kalooban Niya, Siya ay sasa kanila at bibigyan sila ng mga kamangha-manghang pagpapala.

At magbalik ka sa PANGINOON mong Diyos at sundin mo at ng iyong mga anak nang buong puso at kaluluwa ang Kanyang tinig ayon sa lahat na iniuutos Ko sa iyo sa araw na ito, babawiin ng PANGINOON mong Diyos ang iyong pagkabihag at mahahabag sa iyo. Ibabalik at titipunin ka sa lahat ng mga bayang pinagkalatan sa iyo ng PANGINOON mong Diyos. Kung ang pagkakakabihag sa iyo ay nasa kaduluduluhang bahagi ng langit, mula roo'y titipunin at kukunin ka ng PANGINOON mong Diyos. Dadalhin ka ng PANGINOON mong Diyos sa lupaing inangkin ng iyong mga ninuno, at iyong aangkinin, at gagawan ka Niya ng mabuti at pararamihin ka Niya ng higit kaysa iyong mga ninuno. Tutuliin ng PANGINOON mong Diyos ang iyong puso, at ang puso ng iyong binhi, upang ibigin mo ang PANGINOON mong Diyos ng buong puso at kaluluwa mo, upang ikaw ay mabuhay. Lahat ng mga sumpang ito ng PANGINOON mong Diyos ay darating sa mga kaaway at sa kanila na napopoot at umuusig sa iyo. Kung magkagayon ikaw ay babalik at susunod sa tinig ng PANGINOON at iyong gagawin ang lahat ng kanyang mga utos na aking iniuutos sa iyo sa araw na ito (Deuteronomio 30:2-8).

Tulad ng ipinangako ng Diyos sa mga pinili Niya, ang mga Israelita, sa mga talatang ito, tinipon Niya ang mga mamamayan Niya na nagkalat sa buong mundo at pinabalik sa bansa nila sa loob ng ilang libong taon, at itinaas sila sa lahat ng mga bansa sa buong daigdig. Gayunman, nabigo ang Israel na matanto ang dakilang pag-ibig ng Diyos sa pamamagitan ng pagkapako sa krus at ang kahanga-hangang kalooban ng paglikha at pangangalaga sa sangkatauhan. Nagpapatuloy pa rin sila sa pagsunod sa mga batas sa pamamagitan ng mga gawa at mga tradisyon ng mga matatanda.

Ang Diyos ng pag-ibig ay sabik na umaasa at naghihintay na iwanan nila ang mga sarili nilang baluktot na pananampalataya, magbago at maging tunay na mga anak sa lalong madaling panahon. Una sa lahat, dapat nilang buksan ang mga puso nila at tanggapin si Jesus na ipinadala ng Diyos bilang Tagapagligtas ng buong sangkatauhan at tanggapin ang kapatawaran ng mga kasalanan nila. Pagkatapos, dapat nilang matanto ang tunay na kalooban ng Diyos na ibinigay sa pamamagitan ng batas at magkaroon ng tunay na pananampalataya sa pamamagitan ng matiyagang pagsunod sa salita ng Diyos sa pamamagitan ng paglilinis ng mga puso nila upang marating nila ang lubos kaligtasan.

Masigasig akong nananalangin na ibabalik ng Israel ang nawalang imahe ng Diyos sa pamamagitan ng pananampalatayang nakakalugod sa Diyos at maging mga tunay na mga anak Niya upang maaari nilang tamasahin ang lahat ng mga pagpapala ng Diyos tulad ng ipinangako Niya sa kanila at manirahan sa kaluwalhatian ng walang hanggang kalangitan.

Ang Simboryo ng Bato, isang Moske ng Islam na matatagpuan sa nawalang banal na lungsod ng Jerusalem

Kabanata 4

Magmasid at Makinig!

Patungo sa Katapusan ng Mundo

Malinaw na ipinapaliwanag sa atin ng Biblia ang tungkol sa simula ng kasaysayan ng sangkatauhan at ang katapusan nito. Sa loob ng ilang libong taon na ngayon, ipinapahayag ng Diyos sa atin sa pamamagitan ng Biblia ang tungkol sa kasaysayan Niya sa pangangalaga sa sangkatauhan. Ang kasaysayan ay nagsimula sa unang nilalang sa lupa, si Adan, at magwawakas sa Ikalawang Pagdating ng Panginoon sa kalawakan.

Anong oras na kaya ngayon sa orasan ng Diyos sa kasaysayan ng pangangalaga sa sangkatauhan at ilang araw at oras na lang kaya ang natitira bago tumunog ang kampana ng orasan para sa mga huling sandali ng pangangalaga sa sangkatauhan? Siyasatin natin kung paano pinlano at isinaayos ng Diyos ng pag-ibig ang kalooban Niya na dalhin ang Israel sa landas ng kaligtasan.

Katuparan ng mga Propesiya sa Biblia sa Kasaysayan ng Sangkatauhan

Maraming mga propesiya sa Biblia, at ang lahat ng mga ito ay salita ng Pinakamakapangyarihang Diyos na Manlilikha. Tulad ng sinasabi sa Isaias 55:11, *"Magiging gayon ang Aking salita na lumalabas sa bibig Ko; hindi ito ibabalik sa Akin*

na walang bunga, kundi gaganapin ang ayon sa layunin ko, at magtatagumpay sa bagay na kung saan ay sinugo Ko ito."
Eksaktong natutupad ang mga salita ng Diyos hanggang sa kasalukuyan, at matutupad pa ang bawat salita.

Malinaw na pinapatunayan sa kasaysayan ng Israel na eksaktong natupad ang mga propesiya sa Biblia na walang kahit anumang maliit na pagkakamali. Ang kasaysayan ng Israel ay natupad ayon sa mga propesiya na nakatala sa Biblia: Ang 400 taong pagiging alipin ng Israel sa Ehipto at ang Exodo; ang pagpasok nila sa lupain ng Canaan na umaapaw sa gatas at pulot; pagkahati ng kaharian nila sa dalawa – ang Israel at Juda at ang pagkawasak nila; ang pagkabihag ng Babilonia; ang pagbabalik ng Israel sa tahanan nila; ang kapanganakan ng Mesyas at ang pagpako sa Kanya sa krus; ang pagkawasak at pagkalat ng Israel sa lahat ng mga bansa at ang pagbangon muli ng Israel bilang isang bansang malaya.

Ang kasaysayan ng sangkatauhan ay nasa ilalim ng pamamahala ng Pinakamakapangyarihang Diyos, at kapag may gagawin Siyang isang mahalagang bagay, ihahayag Niya ito sa mga lingkod Niya (Amos 3:7). Inihayag ng Diyos kay Noe, isang matuwid at walang pagkakasalang lingkod noong panahong iyon, na wawasakin ng Napakalaking Pagbaha ng Tubig ang buong mundo. Sinabi Niya kay Abraham na ang Sodoma at Gomorra ay wawasakin at ipinaalam Niya sa Propetang Daniel at Apostol Juan kung ano ang mangyayari sa mga huling araw ng mundo.

Karamihan sa mga propesiya na nakatala sa Biblia ay eksaktong natupad na, at ang iba pang mga propesiya at ilan pang mga bagay ay matutupad sa Ikalawang Pagdating ng Panginoon.

Mga Tanda ng Wakas ng Panahon

Sa kasalukuyan, kahit anong pagpapaliwanag ang gawin natin tungkol sa katapusan ng panahon, ayaw pa ring paniwalaan ito ng mga tao. Sa halip na tanggapin, ipinapalagay nila na ang mga taong nagsasalita tungkol dito ay kakaiba at sinisikap na iwasan ang makinig sa kanila. Iniisip nilang sisikat at lulubog ang araw, ang mga tao ay ipapanganak at mamatay at ang sibilisasyon ay magpapatuloy pa rin.

Nakatala sa Biblia ang tungkol sa katapusan ng panahon, *"Una sa lahat, dapat ninyong malaman ito, na sa mga huling araw ay darating ang mga manlilibak, na manlilibak at lumalakad ayon sa kanilang sariling pagnanasa, at magsasabi, "Nasaan ang pangako ng Kanyang pagdating? Sapagkat, buhat pa nang mamatay ang ating mga ninuno, nananatili ang lahat ng mga bagay sa dati nilang kalagayan mula nang pasimula ng paglalang"* (2 Pedro 3:3-4).

Sa tuwing may isang taong ipapanganak, mayroon ding panahong mamamatay siya. Sa katulad na paraan, kung may simula ang kasaysayan ng sangkatauhan, mayroon din itong katapusan. Kapag dumating na ang panahon na itinakda ng Diyos, lahat ng bagay sa mundong ito ay magwawakas.

Sa panahong iyon ay tatayo si Miguel, ang dakilang pinuno na tagapag-ingat ng iyong bayan. At magkakaroon ng panahon ng kaguluhan na hindi pa nangyari kailanman mula nang magkaroon ng bansa hanggang sa panahong iyon. Ngunit sa panahong iyon ay maliligtas ang iyong bayan, bawat isa na ang pangalan ay matatagpuang nakasulat sa aklat. Marami sa mga natutulog sa alabok ng lupa ay magigising, ang iba'y tungo sa buhay na walang hanggan, at ang iba'y tungo sa kahihiyan at sa walang hanggang paghamak. Ang mga pantas ay magniningning na tulad ng kaningningan ng langit; at ang mga nagpabalik ng marami sa katuwiran ay parang mga bituin magpakailanpaman. Ngunit ikaw, O Daniel, ilihim mo ang mga salita, at tatakan mo ang aklat hanggang sa panahon ng wakas; Marami ang tatakbo ng paroo't parito, at ang kaalaman ay lalago (Daniel 12:1-4).

Sa pamamagitan ng Propetang si Daniel, ipinahayag ng Diyos kung ano ang mangyayari sa wakas ng panahon. May mga nagsasabing ang mga propesiyang ipinahayag sa pamamagitan ni Daniel ay natupad na sa nakaraang kasaysayan. Subalit ang mga propesiyang ito ay lubos na matutupad sa huling sandali ng kasaysayan ng sangkatauhan. Ito ay ganap na walang kaibahan sa mga palatandaan ng huling araw ng sanlibutan na nakasulat sa Bagong Tipan.

Ang propesiya ni Daniel ay may kaugnayan sa Pangalawang Pagdating ng Panginoon. Sa unang talata sinasabing, *"at magkakaroon ng panahon ng kaguluhan na hindi pa nangyari kailanman mula nang magkaroon ng bansa hanggang sa panahong iyon. Ngunit sa panahong iyon ay maliligtas ang iyong bayan, bawat isa na ang pangalan ay matatagpuang nakasulat sa aklat,"* ipinapaliwanag dito sa atin ang tungkol sa pitong taon na napakalaking paghihirap na mangyayari sa katapusan ng mundo at ang tungkol sa paninimot (gleaning) ng kaligtasan.

Ipinapaliwanag sa ikalawang bahagi ng pang-apat na talata, *"Marami ang tatakbo ng paroo't parito, at ang kaalaman ay lalago,"* ang araw-araw na pamumuhay ng mga tao ngayon. Pinapatunayan dito na ang mga propesiya ni Daniel ay hindi tungkol sa pagkawasak ng Israel na naganap noong taong 70 A.D. kundi tungkol ito sa mga palatandaan ng pagwawakas ng panahon.

Detalyadong nagpahayag si Jesus sa mga alagad Niya tungkol sa mga palatandaan ng wakas ng panahon. Sa Mateo 24, sinabi Niya, *"At makakarinig kayo ng mga digmaan at mga bali-balita ng mga digmaan. Sapagkat maglalaban ang bansa sa bansa, at ang kaharian laban sa kaharian. Magkakaroon ng taggutom at mga lindol sa iba't ibang dako. Maraming bulaang propeta ang lilitaw at ililigaw nila ang marami. Dahil sa paglaganap ng kasamaan, ang pag-ibig ng marami ay lalamig."*

Ano ba ang situwasyon ng mundo ngayon? Naririnig natin ang tungkol sa digmaan at mga bali-balita tungkol sa digmaan. Ang terorismo ay lumalaganap araw-araw. Ang mga bansa ay naglalaban-laban at ang mga kaharian ay nag-aalsa laban sa bawat isa. Maraming mga gutom at lindol. May mga iba't ibang uri ng mga kalamidad sa kalikasan, at kalamidad na dulot ng hindi pangkaraniwang lagay ng panahon. Higit pa dito, ang kawalan ng batas ay mabilis na kumakalat sa lahat ng panig ng mundo, ang kasalanan at kasamaan ay laganap sa buong mundo, at lumalamig na ang pag-ibig ng mga tao.

Nakasaad din ito sa Ikalawang Sulat ni Timoteo –

Ngunit unawain mo ito, na sa mga huling araw ay darating ang mga panahon ng kapighatian. Sapagkat ang mga tao'y magiging maibigin sa kanilang sarili, maibigin sa salapi, mayayabang, mga mapagmalaki, mapanglait, suwail sa mga magulang, mga walang utang na loob, walang kabanalan, walang katutubong pag-ibig, mga walang habag, mga mapanirang-puri, mga walang pagpipigil sa sarili, mababangis, mga hindi maibigin sa mabuti, mga taksil, matitigas ang ulo, mga palalo, mga maibigin sa kalayawan sa halip na mga maibigin sa Diyos; na may anyo ng kabanalan, ngunit tinatanggihan ang kapangyarihan nito. Lumayo ka rin naman sa mga ito (2 Timoteo 3:1-5).

Ang mga tao ngayon ay hindi na nagnanais ng mga mabubuting bagay o ng kabutihan. Iniibig nila ang salapi at pagpapakasaya. Hinahangad nila ang pansariling kapakanan at gumagawa ng mga kakila-kilabot na kasalanan at kasamaan tulad ng pagpatay at panununog nang walang pag-aatubili o konsiyensya. Napakadalas nang nangyayari ang mga bagay na ito sa paligid natin kaya ang puso ng mga tao ay unti-unting nagiging manhid hanggang sa puntong hindi na ikinagugulat ng karamihan ang mga ganitong pangyayari. Dahil sa mga pangyayaring ganito, hindi na natin maikakaila na patungo na ang kasaysayan sa katapusan ng panahon.

Ipinapahiwatig sa atin ng kasaysayan ng Israel ang mga palatandaan ng Ikalawang Pagdating ng Panginoon at ang katapusan ng mundo.

Sa Mateo 24:32-33 sinasabi, *"Kaya pag-aralan ninyo mula sa puno ng igos ang Kanyang talinghaga: kapag malambot na ang sanga nito at umuusbong na ang mga dahon, alam ninyo na malapit na ang tag-araw. Gayundin naman kayo, kapag nakita ninyo ang lahat ng mga bagay na ito, alam ninyong Siya'y malapit na, nasa mga pintuan na."*

Tumutukoy sa Israel ang "puno ng igos." Ang puno ay mukhang tuyot o patay kapag taglamig ngunit kapag dumating ang tagsibol, umuusbong itong muli, nagkakasanga at tinutubuan ng mga berdeng dahon. Katulad nito, parang tuluyan ng nawala ang Israel dahil sa pagkawasak nito na naganap noong 70 A.D. sa loob ng dalawang libong taon pero nang dumating ang oras na itinakda ng Diyos, idineklara nito ang kanyang kasarinlan o kalayaan at ang Bayan ng Israel ay naiproklama noong Mayo 14, 1948.

Ang pinakamahalaga, palatandaan na tunay na malapit na ang Ikalawang Pagdating ni Jesu-Cristo sa pagiging malaya ng Israel. Samakatwid, dapat matanto ng Israel na ang Mesyas na hinihintay pa rin nila ay dumating sa lupa at naging Tagapagligtas ng buong sangkatauhan 2,000 taon na ang nakakaraan, at alalahanin na hindi magtatagal, ang Tagapagligtas na si Jesus ay babalik sa lupa bilang Hukom.

Ano ngayon ang mangyayari sa atin na nabubuhay sa mga huling araw ayon sa propesiya sa Biblia?

Ang Pagdating ng Panginoon sa Papawirin at ang Pag-agaw

Mga 2,000 taon na ang nakararaan, si Jesus ay ipinako sa krus at nabuhay muli pagkaraan ng ikatlong araw. Winasak Niya ang kapangyarihan ng kamatayan. Pagkatapos, Siya ay kinuha patungong langit at maraming tao ang nakasaksi ng pag-akyat Niya.

> *"Kayong mga lalaking taga-Galilea, bakit kayo'y tumitingin sa langit? Itong si Jesus, na dinala sa langit mula sa inyo ay darating na gaya rin ng inyong nakitang pagpunta Niya sa langit"* (Ang Mga Gawa 1:11).

Binuksan ng Panginoong Jesus ang pintuan ng kaligtasan para sa sangkatauhan sa pamamagitan ng pagkapako Niya sa krus at pagkabuhay na muli. Pagkatapos, umakyat Siya patungo sa langit at umupo sa kanan ng trono ng Diyos na naghahanda ng mga tirahan sa kalangitan para sa mga ligtas. At kapag natapos na ang kasaysayan ng sangkatauhan, Siya ay darating muli upang kunin tayo. Malinaw na inilalarawan sa I Mga Taga-Tesalonica 4:16-17 ang Ikalawang Pagdating Niya.

Sapagkat ang Panginoon mismo ang bababa mula sa langit na may sigaw, may tinig ng arkanghel, at may trumpeta ng Diyos, at ang mga namatay kay Cristo ay babangon muna. Pagkatapos, tayong nabubuhay na natitira ay aagawing kasama nila sa mga ulap, upang salubungin ang Panginoon sa papawirin; at sa gayon ay makakapiling natin ang Panginoon magpakailanman.

Napakadakilang tagpo kapag bumaba ang Panginoon sa papawirin sa mga ulap ng kaluwalhatian na kasama ang hindi mabilang na mga anghel at hukbong makalangit! Ang mga naligtas ay magkakaroon ng walang hanggang espirituwal na katawan at kakatagpuin ang Panginoon sa papawirin. Pagkatapos, ipagdiriwang ang pitong taong Piging ng Kasalan kasama ng Panginoon ang ating walang hanggang lalaking papakasalan.

Ang mga taong ligtas ay aakyat sa himpapawid at kakatagpuin ang Panginoon. Ang tawag dito ay 'rapture' o 'pag-agaw'. Ang kaharian sa papawirin ay tumutukoy sa isang bahagi ng ikalawang langit na inihanda ng Diyos para sa pitong taong Piging ng Kasalan.

Hinati ng Diyos ang espirituwal na kaharian sa ilang bahagi, at ang isa sa kanila ay ang ikalawang langit. Ang ikalawang langit ay nahahati muli sa dalawang lugar – ang Eden, na mundo ng liwanag at mundo ng kadiliman. Sa isang bahagi ng mundo ng liwanag naroon ang isang espesyal na silid na inihanda para sa pitong taong Piging ng Kasalan.

Ang mga taong naggayak ng kanilang sarili sa pananampalataya para maabot ang kaligtasan sa mundong puno ng mga kasalanan at kasamaan ay aagawin sa papawirin bilang mga babaing ikakasal sa Panginoon. Pagkatapos, kakatagpuin nila ang Panginoon at tatamasahin ang kagalakan ng pagdiriwang ng Piging ng Kasalan doon sa loob ng pitong taon.

Tayo'y magalak at tayo'y magpakasaya at ibigay natin sa Kanya ang kaluwalhatian, sapagkat dumating na ang kasal ng Kordero, at inihanda na ng Kanyang magiging asawa ang kanyang sarili. At sa kanya'y ipinagkaloob na magsuot ng pinong lino, makintab at malinis; sapagkat ang pinong lino ay ang matutuwid na gawa ng mga banal. At sinasabi ng anghel sa akin, "Isulat mo: Mapapalad ang mga inanyayahan sa hapunan ng kasalan ng Kordero." At sinabi niya sa akin, "Ito ang mga tunay na salita ng Diyos" (Apocalipsis 19:7-9).

Ang mga taong dadalhin sa papawirin ay magagalak sa kanilang pagtatagumpay dito sa mundo ng may pananampalataya sa panahon ng Piging ng Kasalan sa Panginoon, habang ang mga taong hindi madadala paitaas ay magdurusa sa kapighatian sa hindi maipaliwanag na paghihirap sa pamamagitan ng masasamang espiritu na nasa mundo sa Ikalawang Pagdating ng Panginoon sa papawirin.

Ang Pitong Taong Napakabigat na Pagdurusa

Habang tinatamasa ng mga naligtas ang kagalakan sa pitong taong Piging ng Kasalan sa papawirin at nangangarap ng masaya at walang hanggang kalangitan, ang pinakamatinding kapighatian na walang kapantay sa kasaysayan ng sangkatauhan ay mangyayari sa buong mundo at kakila-kilabot na mga bagay ang magaganap.

Paano kaya magsisimula ang pitong taong napakalaking kapighatian? Dahil ang ating Panginoon ay babalik sa papawirin at kukuning sabay-sabay ang maraming tao, ang mga maiiwan sa lupa ay mabibigla at matatakot sa biglaang pagkawala ng mga pamilya nila, mga kaibigan at mga kapitbahay at magpapagala-gala sila sa paghahanap sa kanila.

Hindi magtatagal, matatanto nila na ang 'rapture' o pag-agaw na sinasabi ng mga Cristiano ay tunay na nangyari na nga. Kikilabutan sila sa pitong taong napakalaking kapighatian na darating sa kanila. Mababalisa sila at matatakot. At kapag ang mga nagmamaneho ng mga eroplano, barko, tren, kotse at iba pang mga sasakyan ay iniakyat sa langit, magkakaroon ng maraming sakuna sa trapiko at mga sunog, may mga gusaling babagsak. Pagkatapos, ang mundo ay mapupuno ng malaking kaguluhan at mawawala ang kaayusan.

Sa pagkakataong ito, may isang taong dadating at magdadala ng kapayapaan at kaayusan sa mundo. Siya ang pinuno ng European Union (mga bansa sa Europa na nagkakaisa). Pagiisahin niya ang mga puwersa ng pulitika, ekonomiya, at mga organisasyong pang militar. At sa pamamagitan ng nagkakaisang kapangyarihan, pananatilihin niyang maayos ang mundo at magdadala ng kapayapaan at kapanatagan sa lipunan. Ito ang dahilan kung bakit magagalak ang maraming tao sa pagdating niya. Tatanggapin siya ng taos-puso ng mga tao, tapat na susuporta at aktibong tutulong sa kanya.

Siya ang anti-Cristo na tinutukoy sa Biblia na mangunguna sa pitong taong Napakalaking Kapighatian, subalit sa simula, magpapanggap siya bilang "mensahero ng kapayapaan." Sa katunayan, ang anti-Cristo ay magdadala ng kapayapaan at kaayusan sa unang bahagi ng pitong taong Napakalaking Kapighatian. Ang paraang gagamitin niya upang magkaroon ng kapayapaan sa mundo ay ang tatak ng halimaw, ang '666' na nakatala sa Biblia.

At ang lahat, ang hamak at ang dakila, ang mayayaman at ang mga dukha, ang mga malaya at ang mga alipin ay pinalagyan nito ng isang tanda sa kanilang kanang kamay o sa noo, upang walang sinumang makabili o makapagbili, maliban ang may tanda, samakatuwid, ng pangalan ng halimaw o ng bilang ng pangalan nito. Kailangan dito ang karunungan: ang may pang-unawa ay bilangin ang bilang ng halimaw, sapagkat ito'y bilang ng isang tao. Ang bilang nito animnaraan at animnapu't anim (Apocalipsis 13:16-18).

Ano ang Tatak ng Halimaw?

Ang halimaw ay tumutukoy sa isang computer. Magtatayo ng organisasyon ang European Union (EU) gamit ang mga computer. Sa pamamagitan ng mga computer ng EU, bawat tao ay lalagyan ng 'barcode' o tatak sa kanang kamay o sa noo. Ito ang tatak ng halimaw. Lahat ng mga personal na impormasyon tungkol sa bawat indibidwal ay ilalagay sa isang barcode, at ang barcode ay ilalagay sa katawan niya. Sa pamamagitan ng barcode na nakalagay sa katawan niya, masusubaybayan siya ng computer ng EU. Maari siyang panoorin, siyasatin, at pangunahan ng detalyado kung saan man siya naroroon at kung ano man ang ginagawa niya.

Ang ginagamit nating mga credit cards at ID cards ay papalitan ng tatak ng halimaw, ang "666." Pagkatapos, hindi na kakailanganin ng mga tao ang pera o tseke. Hindi na nila aalalahanin kung mawawala ang mga ari-arian nila o kung may magnanakaw ng pera nila. Dahil dito, mabilis na kakalat sa buong mundo ang tatak ng halimaw na "666." Kung wala ito, walang pagkakakilanlan at hindi maaari ang kahit sino na bumili o magbenta ng kahit na ano.

Sa simula ng pitong taong Malaking Kapighatian ang mga tao ay lalagyan ng tatak ng halimaw, ngunit hindi ito sapilitang ilalagay sa kanila. Irerekomenda lang sa kanila ito hanggang maging matatag ang katayuan ng organisasyon ng EU. Sa sandaling tapos na ang unang kalahati ng pitong taong Malaking Kapighatian at ang organisasyon ay matatag na, sapilitan nang tatatakan ng EU ang lahat ng tao at hindi patatawarin ang mga taong tatanggi dito. Kaya, nakagapos ang mga tao sa pamamagitan ng tatak ng halimaw at pamumunuan sila ayon sa kagustuhan ng EU.

Sa bandang huli, ang mga taong mabubuhay sa pitong taong Malaking Kapighatian ay mananatili sa ilalim ng awtoridad ng anti-Cristo at ng gobiyerno ng halimaw. Dahil ang anti-Cristo ay pinamumunuan ng kaaway na diyablo, pipilitin ng EU ang mga taong sumuway sa Diyos at dadalhin sila sa landas ng kasamaan, kawalan ng katarungan, kasalanan at pagkasira.

Pero, may mga taong hindi magpapailalim sa kapangyarihan ng anti-Cristo. Sila iyong mga naniniwala kay Jesu-Cristo ngunit nabigong umakyat sa langit sa Ikalawang Pagdating ng Panginoon dahil wala silang tunay na pananampalataya. Ang ilan sa kanila ay tumanggap sa Panginoon ng minsan at nabuhay sa biyaya ng Diyos, pero hindi nagtagal lumayo sa biyaya at bumalik sa mundo, ang ilan naman ay nagpahayag ng pananampalataya nila kay Cristo at dumalo sa iglesia ngunit nagpakasaya sa kamunduhan dahil wala silang espirituwal na pananampalataya. Ang iba naman ay bago pa lang tumanggap sa Panginoong Jesu-Cristo at may ilang Judio na nagising ang mga espiritu dahil sa naganap na Rapture o pag-agaw.

Kapag nasaksihan nila na totoong may rapture, mababatid nila na ang lahat ng mga nakasulat sa Luma at Bagong Tipan ay totoo, at sila ay mananaghoy at maglulupasay sa lupa. Magkakaroon sila ng matinding takot, magsisisi dahil hindi namuhay sa kalooban ng Diyos, at sisikaping humanap ng paraan para maligtas.

At isa pang anghel, ang pangatlo, ay sumunod sa kanila, na sinasabi sa malakas na tinig, "Kung ang sinuman ay sumasamba sa halimaw at sa kanyang larawan, at tumatanggap ng tanda sa kanyang noo, o sa kanyang kamay, ay iinom din naman ng alak ng poot ng Diyos, na inihahandang walang halo sa kopa ng kanyang poot at pahihirapan sa apoy at asupre sa harapan ng mga banal na anghel, at sa harapan ng Kordero. At ang usok ng hirap nila ay papailanlang magpakailanpaman; at sila'y walang kapahingahan araw at gabi, silang mga sumasamba sa halimaw at sa larawan nito, at sinumang tumatanggap ng tanda ng kanyang pangalan. Narito ang panawagan para sa pagtitiis ng mga banal, sa mga tumutupad sa mga utos ng Diyos, at humahawak ng matatag sa pananampalataya kay Jesus (Apocalipsis 14:9-12).

Ang sinumang tatanggap ng tanda ng halimaw ay sapilitang pasusunurin sa anti-Cristo na sumasalungat sa Diyos. Ito ang dahilan kung bakit binibigyang-diin sa Biblia na sinumang tatanggap ng tatak ng halimaw ay hindi maliligtas. Habang nagaganap ang panahon ng Malaking Kapighatian magsisikap ang mga taong nakakabatid ng bagay na ito na hindi tanggapin ang tatak ng halimaw upang ipakita ang katibayan na sila ay may pananampalataya.

Ang pagkakakilanlan ng anti-Cristo ay maliwanag na ihahayag. Ilalagay niya sa kategoryang maruming elemento ng lipunan ang mga taong tututol at tatanggi sa mga patakaran niya. Ang mga tatanggi sa tatak ng halimaw ay ihihiwalay sa lipunan sa dahilang paglabag sa kapayapaan. Pipilitin niya silang ikaila si Jesu-Cristo at ipapatanggap ang tatak ng halimaw. Kung lalaban sila, uusigin at papatayin sila.

Kaligtasan sa Pamamagitan ng Pagmamartir Dahil sa Pagtanggi sa Tatak ng Halimaw

Ang pagdurusa ng mga taong tatanggi sa tatak ng halimaw sa loob ng pitong taong Malaking Kapighatian ay napakalupit. Napakahirap nitong tiisin kaya kakaunti lang ang magtatagumpay dito para magkaroon ng huling pagkakataon para maligtas. May mga magsasabi, "Hindi ko tatalikuran ang pananampalataya ko sa Panginoon. Taos-puso pa rin akong maniniwala sa Kanya. Napakatindi ng mga pagpapahirap kaya itinatatuwa ko ang Panginoon sa salita. Mauunawaan ako ng Diyos at ililigtas Niya ako." Pagkatapos, tatanggapin ang tatak ng halimaw. Subalit hindi sila maliligtas.

Habang nananalangin ako ilang taon na ang nakaraan, nagpakita ang Diyos sa akin ng isang pangitain (vision) tungkol sa mga taong maiiwan sa panahon ng Malaking Kapighatian. Tatanggihan nila ang tatak ng halimaw kaya pahihirapan sila. Kakila-kilabot ang tagpong iyon! Binalatan, binali at pinutol-putol ang lahat ng mga buto at kasu-kasuan nila, pinutol ang mga daliri sa kamay, daliri sa paa, mga braso at mga binti nila at binuhusan ng kumukulong langis ang katawan nila.

Noong Ikalawang Digmaang Pandaigdig, naganap ang nakakakilabot na pagpatay at pagdurusa. Nagsagawa sila ng mga eksperimento sa katawan ng tao. Hindi ito maaaring ihambing sa pitong taong Malaking Kapighatian. Pagkatapos ng rapture o pag-agaw mamumuno sa buong mundo ang anti-Cristo na kakampi ng kaaway na diyablo. Wala siyang habag at awa para sa sinuman.

Hihikayatin ng kaaway na diyablo at ng mga puwersa ng anti-Cristo ang mga tao na itakuwil si Jesus sa anumang paraan upang itulak sila papunta sa impiyerno. Papahirapan nila ang mga mananampalataya, ngunit hindi sila kaagad papatayin. Gagamit sila ng napakadalubhasa at makabagong paraan ng pagpapahirap sa lahat ng mga mananampalataya na magdadala sa kanila ng labis na pagkatakot at pasakit. Subalit magpapatuloy ang mga kakilakilabot na pagpapahirap.

Mas gugustuhing pang mamatay na lang sa lalong madaling panahon ng mga pinapahirapang tao, ngunit hindi nila maaaring piliin ang kamatayan dahil hindi sila papatayin kaagad ng anti-Cristo. Batid nila na hindi naliligtas ang mga nagpapatiwakal.

Sa pangitain, ipinakita sa akin ng Diyos na karamihan sa mga taong ito ay hindi natiis ang labis na pagpapahirap kaya sumuko sa anti-Cristo. Sa simula tila nagtitiis sila at nagtatagumpay sa pagpapahirap at may matibay na kalooban, ngunit nang makita nila ang mga minamahal nilang mga anak o mga magulang na nagdurusa sa parehong paraan, hindi na sila tumutol, sumuko sila sa anti-Cristo at pagkatapos, tinanggap ang tatak ng halimaw.

Kakaunti lang sa mga taong pinapahirapan na may matuwid at tapat na puso ang magtatagumpay sa mga kakila-kilabot na pagdurusa at mga mapanlinlang na tukso ng anti-Cristo. Mamamatay silang mga martir. Kaya, ang mananatili sa pananampalataya nila sa pamamagitan ng pagkamartir sa panahon ng Malaking Kapighatian ay makakasama sa martsa o parada ng mga ligtas.

Ang Paraan para sa Kaligtasan Mula sa Paparating na Kapighatian

Nang magsimula ang Ikalawang Digmaang Pandaigdig hindi inakala ng mga Judiong mapayapang naninirahan sa Alemanya na may naghihintay sa kanilang karumal-dumal na pagpatay tulad ng pagpaslang sa anim na milyong mga Judio. Walang sinumang nakaalam o nakahula na ang Alemanya kung saan sila naging mapayapa at matatag ay biglang magiging masamang puwersa sa napakaiksing panahon lang.

Noong panahong iyon, hindi batid ng mga Judio kung ano ang mangyayari kaya wala silang nagawa para maiwasan ang matinding paghihirap. Hinahangad ng Diyos na hindi maranasan ng mga pinili Niya ang mga parating na kapahamakan sa nalalapit na hinaharap. Ito ang dahilan kung bakit itinala ng Diyos ng detalyado sa Biblia ang tungkol sa katapusan ng mundo at hinayaan ang mga lingkod Niya na magbigay ng babala sa Israel tungkol sa darating na kapighatian para gisingin sila.

Ang pinakamahalagang bagay na dapat malaman ng Israel ay hindi maaaring takasan ang kapighatiang ito, at sa halip na tumakas, ang Israel ang nasa gitna ng Malaking Kapighatian. Nais kong mapagtanto ninyo na ang kapighatiang ito ay malapit ng maganap. Ito ay darating tulad ng isang magnanakaw kung kailan hindi ka nakahanda. Dapat kang gumising mula sa espirituwal na pagkakahimbing kung gusto mong takasan ang mga kakilakilabot na kapahamakan.

Ngayon na ang tamang panahon na dapat gumising ang Israel! Dapat nilang pagsisihan ang hindi nila pagkilala sa Mesyas, at tanggapin na si Jesu-Cristo ang Tagapagligtas ng buong sangkatauhan. Dapat silang magkaroon ng tunay na pananampalataya na nais ng Diyos upang makasama sila nang may buong kagalakan kapag muling dumating ang Panginoon sa papawirin.

Gusto kong tandaan ninyo na ang anti-Cristo ay darating na parang isang mensahero ng kapayapaan tulad ng ginawa ng Alemanya noong panahon ng Ikalawang Digmaang Pandaigdig. Siya ay magdadala ng kapayapaan at kaginhawaan, ngunit hindi magtatagal, at hindi inaasahan, ang anti-Cristo ay magiging isang malakas na puwersa, isang puwersang papalakas ang kapangyarihan sa sandaling ito. Siya ay magdadala ng pagdurusa at malaking kapahamakan na higit pa sa kayang abutin ng imahinasyon natin.

Sampung Mga Daliri

Maraming talata sa Biblia ang tungkol sa mga propesiya para sa hinaharap. Kung titingnan natin ang mga propesiya na nakatala sa mga aklat ng mga dakilang propeta ng Lumang Tipan, ipinapahayag dito ang hindi lang tungkol sa hinaharap ng Israel kundi maging ang tungkol sa hinaharap ng mundo. Ano sa palagay ninyo ang dahilan? Ang mga pinili ng Diyos, ang Israel, ay nasa sentro ng kasaysayan ng sangkatauhan noon, ngayon at bukas.

Ang Isang Malaking Rebulto na Nakatala sa Propesiya ni Daniel

Hindi lang tungkol sa mangyayari sa bansang Israel ang naipropesiya sa Aklat ni Daniel, kundi tungkol din sa sasapitin ng mundo sa mga huling araw na may kaugnayan sa katapusan ng Israel. Sa Aklat ni Daniel 2:31-33, ipinaliwanag ni Daniel ang panaginip ni Haring Nebukadnezar sa pamamagitan ng inspirasyon mula sa Diyos, at ang kahulugan nito ay ang propesiya kung ano ang mangyayari sa katapusan ng mundo.

Ikaw ay nakamasid, O hari, at nakakita ka

ng isang malaking rebulto. Ang rebultong ito, makapangyarihan at lubhang makinang, ay tumayo sa harapan mo at ang anyo nito'y kakila-kilabot. Ang ulo ng rebultong ito ay dalisay na ginto; ang dibdib at mga bisig nito ay pilak, ang tiyan at ang mga hita nito ay tanso. Ang mga binti nito ay bakal, ang mga paa nito ay may bahaging bakal at may bahaging luwad (Daniel 2:31-33).

Ano kaya ang propesiya ng mga talatang ito tungkol sa situwasyon ng mundo sa mga huling araw?

"Ang isang malaking rebulto" na nakita ni Haring Nebukadnezar sa panaginip niya ay walang iba kundi ang European Union. Sa kasalukuyan, ang mundo ay pinamumunuan ng dalawang puwersa – ang Estados Unidos ng Amerika at ang European Union. Mangyari pa, hindi maitatanggi ang impluwensya ng Rusya at Tsina. Subalit ang Estados Unidos ng Amerika at European Union ay ang mga pinakamaimpluwensiyang kapangyarihan pa rin sa mundo kung ekonomiya at lakas ng militar ang pag-uusapan.

Sa kasalukuyan, may kahinaan ang EU, ngunit ito ay untiunting lalakas. Wala na ni isang nagdududa dito ngayon. Hanggang ngayon ang USA pa rin ang nangingibabaw na bansa sa mundo, ngunit magiging mas malakas ang EU kaysa sa USA.

Noong nakaraang mga dekada, hindi naisip ninuman na ang

mga bansa sa Europa ay magsasama-sama sa iisang sistema ng gobiyerno. Mangyari pa, matagal na itong pinag-uusapan ng mga bansa sa Europa, ngunit wala ni isang makasiguro na kaya nilang lampasan ang mga hadlang ng pambansang pagkakakilanlan, wika, pera at marami pang ibang mga hadlang upang makabuo ng pinag-isang lupon.

Subalit, sa simula ng 1980, naging seryoso na ang mga pag-uusap ng mga lider ng mga bansa sa Europa tungkol dito dahil sa mga alalahaning may kinalaman sa ekonomiya. Noong panahon ng Cold War ang pangunahing kapangyarihang nangibabaw sa mundo ay ang puwersa ng militar. Ngunit dahil ang Cold War ay nagwakas na, ang pangunahing kapangyarihan ay nagbago mula sa puwersa ng militar at naging kapangyarihan na ng ekonomiya.

Sa paghahanda para dito, ang mga bansa sa Europa ay sinusubukang magkaisa, at bilang resulta, sila ay nagkaroon ng iisang samahan na pang-ekonomiya. Ngayon, ang isang bagay na dapat pang maisakatuparan ay ang nag-iisang samahang pampulitika na magbubuklod sa mga bansa bilang iisang sistema ng gobiyerno, at hinihikayat ng situwasyon ngayon na mangyari o maisagawa na ito.

"Ang rebultong ito, makapangyarihan at lubhang makinang, ay tumayo sa harapan mo, at ang anyo nito ay kakilakilabot," na binabanggit sa Daniel 2:31, ay ang propesiya tungkol sa paglago at mga aktibidad o pagkilos ng European Union. Sinasabi nito sa atin kung gaano kalakas at makapangyarihan ang European Union.

Magkakaroon ng Malaking Kapangyarihan ang EU

Paano magkakaroon ng malaking kapangyarihan ang EU? Ipinapaliwanag ng Daniel 2:32 at ng mga sumusunod na talata ang kasagutan sa pamamagitan ng mga elementong ginamit sa paggawa ng ulo, dibdib, braso, tiyan, hita, binti, at mga paa ng rebulto.

Una sa lahat, sa talata 32, *"Ang ulo ng rebultong ito ay dalisay na ginto."* Sinasabi ng propesiyang ito na mapapabuti ang EU pagdating sa kapangyarihang pang-ekonomiya sa pamamagitan ng pag-iipon ng yaman o kayamanan. Naipropesiya dito na ang EU ay makikinabang at makakakuha ng malaking benepisyo sa pamamagitan ng pagkakaisa sa ekonomiya.

Sinasabi din sa talatang ito, "ang dibdib at mga bisig nito ay pilak." Sumisimbolo ito sa pagpapakita na ang EU ay magkakaisa sa katayuan sa lipunan, kultura at pulitika. Kapag naghalal ng iisang pangulo upang kumatawan sa EU, ipapakitang mayroon silang pagkakaisa sa usaping pampulitika, at buong-buo din ang pagkakaisa nila sa aspetong panlipunan at kultura. Gayun pa man, sa likod ng pagkakaisang ito, ang bawat miyembro ay maghahangad ng pansariling benepisyo sa ekonomiya.

Sinasabi ng susunod na talata, "ang tiyan at ang mga hita nito ay tanso." Sinisimbolo nito na magkakaroon ang EU ng pagkakaisa sa militar o mga sundalo. Ang bawat bansa na kasama sa EU ay nagnanais na magkaroon ng makapangyarihang ekonomiya. Ang pangunahing layunin ng pagkakaisa ng kasundaluhan ay para sa benepisyong pang-ekonomiya – na siyang pinakamimithi ng lahat. Upang makabahagi sa pagsamsam o pagsunggab sa kapangyarihan na mamuno sa mundo sa pamamagitan ng makapangyarihang ekonomiya, walang ibang pagpipilian kundi ang makipag-isa sa samahang panlipunan, pangkultura, pampulitika, at militar.

At panghuli, sinasabing, "Ang mga binti nito ay bakal." Tumutukoy ito sa isa pang matibay na pundasyon na magpapalakas at susuporta sa EU sa pamamagitan ng pagkakaisa tungkol sa relihiyon. Sa simula, ipapahayag ng EU na ang relihiyon nila ay Katolisismo. Ang Katolisismo ay magiging makapangyarihan. Susuportahan nito ang EU para mapanatili itong malakas.

Ang Espirituwal na Kahulugan ng Sampung mga Daliri

Kapag nagtagumpay ang EU na pag-isahin ang mga bansa sa larangan ng ekonomiya, pulitika, lipunan, kultura, puwersang militar at relihiyon, ipagmamalaki nito sa simula ang pagkakaisang ito at ang kaniyang kapangyarihan. Ngunit untiunti, mararanasan nila ang mga pagtatalo-talo at pagkabuwag o pagkakalansag.

Sa simula ng EU, may pagkakaisa ang mga bansang kasama dito dahil nagbibigayan sila ng pribilehiyo para sa mga benepisyong may kinalaman sa ekonomiya. Subalit habang tumatagal, magkakaroon sila ng hindi pagkakaunawaan at pagtatalo-talo tungkol sa usaping panlipunan, kultura, pulitika at mga ideolohiya. Pagkatapos, iba't ibang mga palatandaan ng pagkakahati-hati ang uusbong. Panghuli, lalabas ang hindi pagkakaunawaan sa relihiyon – ang hindi pagkakasundo ng Katolisismo at Protestantismo.

Sinasabi sa Daniel 2:33, *"... ang mga paa nito ay may bahaging bakal at may bahaging luwad."* Nangangahulugan ito na ang ilan sa mga sampung daliri ay bakal at ang iba ay luwad. Hindi tinutukoy ng sampung daliri ang "sampung mga bansang kasama sa EU." Ang mga ito ay tumutukoy sa "limang kinatawang mga bansa na naniniwala sa Katolisismo at ang natitirang lima pa ay ang mga kumakatawan sa mga bansang naniniwala sa Protestantismo."

Dahil ang bakal at luwad ay hindi maaaring pagsamahin at paghaluin, hindi magkakaisa ang mga bansang nangingibabaw ang alin man sa Katolisismo o Protestantismo. Ibig sabihin, ang mga nangingibabaw at ang mga pinangingibabawan ay hindi maaaring magsama.

Habang ang sigalot sa EU ay lumalala, unti-unti nilang matatanto na kinakailangang pag-isahin ang mga bansa sa relihiyon, at mas magiging malakas ang Katolisismo sa maraming lugar.

Kaya, para iangat ang mga benepisyong pang-ekonomiya, itatatag ang European Union sa mga huling araw. At pagkatapos ay magkakaroon ng napakalakas na kapangyarihan. Hindi magtatagal, Katolisismo ang gagawing nag-iisang relihiyon ng EU kaya mas magiging malakas pa ito kaysa dati. Sa huli, magiging diyus-diyosan o sasambahin na ang EU. Ang mga diyus-diyosan ay mga bagay na sinasamba at iginagalang ng mga tao. Sa ganitong diwa, manguguna ang EU sa daloy ng mga kaganapan sa mundo sa pamamagitan ng malakas na kapangyarihan at maghahari sa buong mundo tulad ng isang makapangyarihang diyus-diyosan.

Ang Ikatlong Digmaang Pandaigdig at ang European Union

Tulad ng nabanggit na, kapag dumating muli ang ating Panginoon sa papawirin sa katapusan ng mundo, hindi mabilang na mga mananampalataya ang aagawin sa alapaap nang sabay-sabay. At katakut-takot na kaguluhan ang magaganap sa lupa. Samantala, kukunin ng EU ang kapangyarihan at mangibabaw sa buong mundo sa ngalan ng pagpapanatili ng kapayapaan at kaayusan sa isang maikling panahon lang. Pero hindi magtatagal, lalabanan ng EU ang Panginoon at manguguna sa pitong taong Malaking Kapighatian.

Hindi magtatagal, maghihiwa-hiwalay ang mga kasapi ng EU dahil maghahangad sila ng mga pansariling benepisyo. Mangyayari ito sa gitna ng pitong taong Malaking Kapighatian. Ang simula ng pitong taong Malaking Kapighatian, tulad ng naipropesiya sa Ika-

12 kabanata ng Aklat ni Daniel, ay mangyayari ayon sa daloy ng kasaysayan ng Israel at ng kasaysayan ng mundo.

Kapag nagsimula na ang pitong taong Malaking Kapighatian, mas magkakaroon ng malakas na kapangyarihan ang EU. Ang unyon ay maghahalal ng isang pangulo. Mangyayari ito pagkatapos agawin ang mga tumanggap kay Jesu-Cristo bilang Tagapagligtas nila at nagkaroon ng karapatang maging mga anak ng Diyos at agad nagbagong anyo sa Ikalawang Pagdating ng Panginoon sa papawirin.

Karamihan sa mga Judio na hindi tumanggap kay Jesus bilang Tagapagligtas ay mananatiling nasa lupa at magdurusa sa pitong taong Malaking Kapighatian. Hindi makakayang isalarawan ang kalungkutan at malaking takot sa Malaking Kapighatian. Mapupuno ang mundo ng mga nakakadalamhating mga pangyayari tulad ng digmaan, pagpatay, pagbitay, mga taggutom, mga karamdaman, at mga kalamidad na mas malala pa kaysa sa anumang bagay sa kasaysayan ng sangkatauhan.

Ang pitong taong Malaking Kapighatian ay magsisimula sa isang digmaan sa pagitan ng Israel at ng Gitnang Silangan. Matagal nang may namamagitang matinding tensyon sa pagitan ng Israel at ng mga lugar sa Gitnang Silangan at ang mga alitan tungkol sa mga lugar na kinasasakupan ay hindi kailanman natapos. Sa mga darating na araw ang mga alitang ito ay mas lalala pa. Magsisimula ang isang matinding digmaan dahil makikialam ang mga makapangyarihan bansa sa mundo sa mga usaping tungkol sa langis. Pag-aawayan nila kung sino ang makakakuha ng mas mataas na katayuan at kapangyarihan sa mga pandaigdigang usapin.

Ang Estados Unidos na dati nang panig sa Israel sa loob ng mahabang panahon ay susuporta sa Israel. Ang European Union, Tsina, at Russia, na kalaban ng US, ay papanig sa Gitnang Silangan. Pagkatapos ang Ikatlong Digmaang Pandaigdig ay magsisimula sa pagitan ng dalawang partido.

Ang Ikatlong Digmaang Pandaigdig ay lubos na maiiba sa Ikalawang Digmaang Pandaigdig sa lawak nito. Sa Ikalawang Digmaang Pandaigdig, higit sa limampung milyong tao ang pinatay o namatay dahil sa digmaan. Ngayon ang lakas ng mga modernong armas tulad ng nuclear bombs, chemical at biological weapons, at marami pang iba ay hindi maaaring ihambing sa Ikalawang Digmaang Pandaigdig, at ang magiging resulta kapag ginamit ang mga ito ay lubos na nakakapanlumo.

Walang awang gagamitin ang lahat ng uri ng mga armas kabilang na ang nuclear bomb at iba't ibang makabagong mga armas na naimbento. Hindi mailalarawan ang maidudulot na pagkawasak at pagkamatay na mangyayari. Ang mga bansa na nagsimula ng digmaan ay pupuksain at mamumulubi. Hindi pa ito ang katapusan ng digmaan. Ang nuclear explosion ay susundan ng pagkalat sa hangin ng mga nakakalasong kemikal, malubhang pagbabago ng klima at babalot sa buong mundo ang mga kalamidad. Dahil dito, ang buong mundo, pati na ang mga bansang nagsimula ng digmaan ay magiging parang impiyerno sa lupa.

Sa kalagitnaan, ititigil na nila ang paggamit ng mga armas na nuclear dahil kung magpapatuloy pa sila sa paggamit nito, manganganib na ang buhay ng lahat ng sangkatauhan. Subalit magmamadaling tapusin ng lahat ng iba pang mga armas at ng mga malalaking grupo ng mga sundalo ang digmaan. Hindi na muling makakabawi ang Estados Unidos, Tsina, at Russia.

Halos lahat ng mga bansa sa mundo ay babagsak, ngunit matatakasan ng EU ang pinakamalaking pinsala. Ipinangako ng EU sa Tsina at Russia ang suporta nila, ngunit sa panahon ng digmaan, hindi aktibong lalahok ang EU sa pakikipaglaban kaya hindi sila gaanong maaapektuhan ng pagkatalo tulad ng iba.

Kapag nagdusa sa malaking kawalanan at mawalan na ng kapangyarihan ang malalakas na bansa kasama na ang Estados Unidos sa mabilisan at kakaibang digmaan, ang EU ay magiging nag-iisang pinakamakapangyarihang samahan ng mga bansa na mamumuno sa buong mundo. Sa simula, magmamasid lang ang EU habang nagpapatuloy ang digmaan. Kapag ang ekonomiya at ang hukbo o lakas ng militar ng ibang mga bansa ay wasak na wasak na, lalabas ang EU at magsisimulang lutasin ang digmaan. Walang magagawa ang ibang mga bansa kundi sundin ang mga desisyon ng EU dahil nawala na ang lahat ng kapangyarihan nila.

Mula sa puntong ito, magsisimula na ang ikalawang bahagi ng pitong taong Malaking Kapighatian. At sa darating na tatlo't kalahating taon, ang anti-Cristo, na siyang pinuno ng EU, ang mamumuno sa buong mundo at itatanghal niyang santo ang sarili niya. Pahihirapan at uusigin niya ang mga taong tututol sa kanya.

Ang Tunay na Pagkatao ng Anti-Cristo – Inihayag

Sa unang yugto ng Ikatlong Digmaang Pandaidig nagkaroon ng pagdurusa at malaking kawalan ang ilang mga bansa at mangangako ang EU ng suportang pang-ekonomiya sa kanila sa pamamagitan ng Tsina at Russia. Naisakripisyo ang Israel bilang sentro ng digmaan at sa panahong ito mangangako ang EU sa kanila na itatayo ang banal na templo ng Diyos na matagal na nilang hinahangad. Sa pamamagitan na 'pampalubag-loob' na alok na ito ng EU, muling mangangarap ang Israel na sisiglang muli ang kaluwalhatian na tinamasa nila sa pagpapala ng Diyos maraming taon na ang lumipas. Bilang resulta, magiging kaalyado din sila ng EU.

Dahil sa suporta niya sa Israel, ituturing na tagapagligtas ng mga Judio ang Pangulo ng EU. Tila magwawakas na ang pagpapalawig ng digmaan sa Gitnang Silangan. Papanumbalikin nila ang Banal na Lupain at itatayo na ang banal na templo ng Diyos. Maniniwala sila na dumating na ang Mesyas at ang Hari nila na matagal na nilang hinihintay, ibabalik nila sa dati ang Israel at sila ay luluwalhatiin ng mga tao.

Subalit ang inaasahan at galak nila ay mawawala agad. Kapag naitayong muli ang banal na templo ng Diyos sa Jerusalem, may mangyayaring hindi inaasahang bagay. Naipropesiya ito sa Aklat ni Daniel.

At siya'y gagawa ng isang matibay na tipan sa

marami sa loob ng isang linggo, at sa kalagitnaan ng sanglinggo ay kaniyang patitigilin ang handog at ang alay; at sa pakpak ng mga kasuklamsuklam ay darating ang isang mangwawasak, at hanggang sa ang iniutos na wakas ay maibuhos sa mangwawasak (Daniel 9:27).

Papasukin at lalapastanganin ng mga tauhang sinugo niya ang templo at kuta. Kanilang aalisin ang patuloy na handog na sinusunog. At kanilang ilalagay ang kasuklamsuklam ng pagkawasak (Daniel 11:31).

Mula sa panahon na ang patuloy na handog na sinusunog ay alisin, at maitayo ang kasuklamsuklam ng pagkawasak, ay isang libo't dalawandaan at siyamnapung araw (Daniel 12:11).

Ang tatlong talatang ito ay tumutukoy sa iisang pangyayari. Ito ay ang mismong mangyayari sa wakas ng panahon, at nagsalita din si Jesus tungkol sa wakas ng panahon sa talatang ito. Sinabi Niya sa Mateo 24:15-16, *"Kaya, kapag nakita ninyo ang karumaldumal na paglapastangan na sinabi sa pamamagitan ni propeta Daniel, na nakatayo sa dakong banal (unawain ng bumabasa), ang mga nasa Judea ay tumakas na patungo sa mga bundok."*

Sa simula maniniwala ang mga Judio na naitayong muli ng

EU ang banal na templo ng Diyos sa Banal na Lupa, ngunit kapag ang karumaldumal na pagkasuklam ay naitatag sa banal na lugar na iyon, magugulat sila at matatanto na ang pananampalataya nila simula pa noon ay mali. Makikita nila na tinalikuran nila si Jesu-Cristo, na Siya ang Mesyas na hinihintay nila at ang Tagapagligtas ng sangkatauhan.

Ito ang tunay na dahilan kung bakit kailangang gumising na ang Israel ngayon. Kung hindi pa gigising ang Israel ngayon, hindi na nila matatanto ang katotohanan sa tamang panahon. Huli na para matanto ng Israel ang katotohanan, kaya hindi na ito mababawi.

Kaya masigasig akong umaasa para sa inyo, Israel, na gumising na kayo upang hindi kayo mahulog sa mga tukso ng anti-Cristo at tanggapin ang tatak ng halimaw. Kung malilinlang kayo ng malumanay at mapang-akit na mga salita ng anti-Cristo na mangangako ng kapayapaan at kasaganaan at tatanggap ng tatak ng halimaw, ang "666," mapupunta kayo sa landas ng hindi mababawi at walang hanggang kamatayan.

At ang mas kaawa-awa pa ay malalaman lang ng mga Judio na mali ang pananampalataya nila pagkatapos isiwalat ang pakakakilanlan ng halimaw, ayon sa propesiya ni Daniel. Sa pamamagitan ng librong ito, nawa ay tanggapin na ninyo ang Mesyas na ibinigay ng Diyos para makaiwas sa pitong taong Malaking Kapighatian.

Samakatwid, tulad ng nabanggit ko na, dapat ninyong

tanggapin si Jesu-Cristo at magkaroon ng pananampalatayang tama sa paningin ng Diyos. Ito ang tanging paraan para makaligtas kayo sa pitong taong Malaking Kapighatian.

Nakakalungkot kung mabibigo kayo na maitaas patungo sa langit at maiiwan kayo dito sa lupa sa Ikalawang Pagdating ng Panginoon! Subalit sa kabutihang-palad, magkakaroon kayo ng huling pagkakataon para maligtas.

Masigasig akong nakikiusap sa inyo na agad ninyong tanggapin si Jesu-Cristo at magkaroon ng malalim na ugnayan sa mga kapatid kay Cristo. Ngunit, kahit hanggang ngayon, hindi pa huli ang lahat para sa inyo na malaman sa pamamagitan ng Biblia at ng librong ito kung paano ninyo pananatilihin ang pananampalataya ninyo sa darating na Malaking Kapighatian. Hanapin ninyo ang daan na inihanda ng Diyos para sa huling pagkakataon ninyo para maligtas at upang patnubayan kayo sa tunay na landas.

Pag-ibig ng Diyos na Hindi Magmamaliw

Tinupad ng Diyos ang kalooban Niya para sa kaligtasan ng sangkatauhan sa pamamagitan ni Jesu-Cristo. Walang kinalaman ang lahi o ang bansa, sinumang tatanggap kay Jesus bilang Tagapagligtas niya at gagawin ang kalooban ng Diyos, siya'y magiging anak Niya at tatamasahin niya ang buhay na walang hanggan.

Subalit ano ang nangyari sa Israel at sa mga mamamayan nito? Marami sa kanila ang hindi tumanggap kay Jesu-Cristo at lumayo sa landas ng kaligtasan. Kahabag-habag na hindi nila natanto ang daan ng kaligtasan sa pamamagitan ni Jesu-Cristo hanggang sa muling dumating ang Panginoon sa papawirin at ang mga ligtas na mga anak ng Diyos ay aagawin paitaas mula sa lupa papunta sa himpapawid!

Ano ngayon ang mangyayari sa Israel na siyang pinili ng Diyos? Hindi ba sila makakasama sa parada ng mga anak ng Diyos? Inihanda na ng Diyos ng pag-ibig ang kahanga-hangang plano Niya para sa Israel sa mga huling sandali ng kasaysayan ng sangkatauhan.

Ang Diyos ay hindi tao, na magsisinungaling, ni anak ng tao na magsisisi. Sinabi ba Niya, at hindi

Niya gagawin? O sinalita ba Niya at hindi Niya tutuparin? (Mga Bilang 23:19)

Ano ang huling kalooban na pinlano ng Diyos para sa Israel sa pagwawakas ng panahon? Naghanda ang Diyos ng "paninimot o namumulot na kaligtasan" (gleaning salvation) para sa pinili Niyang Israel. Nais Niyang makasama sila sa kaligtasan upang matanto nila na ang Jesus na ipinapako nila sa krus ay ang tunay na Mesyas na inaasam nila sa matagal na panahon. At magsisi sila ng lubusan sa mga kasalanan nila sa harapan ng Diyos.

Naninimot o Namumulot ng Kaligtasan

Sa panahon ng pitong taong Malaking Kapighatian, dahil nasaksihan nila ang maraming taong inagaw patungo sa langit at nalaman ang katotohanan, ang ilang taong naiwan sa lupa ay maniniwala at tatanggapin sa kanilang puso ang katotohanan na tunay na mayroong langit at impiyerno, na ang Diyos ay buhay, at si Jesu-Cristo ang ating Tanging Tagapagligtas. Bukod dito, sisikapin nilang mabuti na hindi tanggapin ang tatak ng halimaw. Pagkatapos ng Pag-agaw, magbabago sila, magbabasa ng salita ng Diyos na nakasulat sa Biblia, magtitipon-tipon para sumamba at sisikaping ipamuhay ang salita ng Diyos.

Sa simula ng Malaking Kapighatian maraming tao ang magpapakarelihiyoso at magbabahagi pa ng Ebanghelyo sa iba dahil wala pang anumang binubuong grupo ng mga mang-uusig.

Hindi nila tatanggapin ang tatak ng halimaw dahil batid nilang hindi sila maliligtas kung mayroon silang tatak. Pagsisikapan nilang mabuti na mamuhay ng karapat-dapat para maligtas kahit sa panahon ng Malaking Kapighatian. Subalit magiging napakahirap para sa kanila na panatilihin ang pananampalataya nila dahil iniwan na ng Banal na Espiritu ang mundo.

Marami sa kanila ang mananaghoy dahil wala ng ni isa sa kanila ang mangunguna sa pagsamba at tutulong sa paglago ng pananampalataya nila. Kailangan nilang panatilihin ang pananampalataya nila nang walang proteksyon at lakas ng Diyos. Magdadalamhati sila dahil manghihinayang sila sa hindi nila pagsunod sa salita ng Diyos kahit pinayuhan silang tanggapin si Jesu-Cristo at mamuhay ng tapat sa pananampalataya. Kinakailangan nilang panatilihin ang pananampalataya nila sa ilalim ng lahat ng uri ng mga pagsubok at pag-uusig sa mundong ito kung saan mahirap makita ang tunay na salita ng Diyos.

Ang ilan sa kanila ay magtatago sa malalayong bundok para hindi tumanggap ng tatak ng halimaw, ang '666'. Kailangan nilang maghukay ng mga ugat ng halaman at puno at pumatay ng mga hayop para makakain sila dahil hindi sila maaaring bumili o magbenta ng anumang bagay para makakain nang walang tatak ng halimaw. Subalit sa ikalawang bahagi ng Malaking Kapighatian, sa loob ng tatlo't kalahating taon, mahigpit at masigasig nang tutugisin ng mga hukbo ng anti-Cristo ang mga mananampalataya. Hindi na mahalaga kung saan pang malayong bundok sila magtatago, mahahanap sila at dadakpin ng mga hukbo.

Dadakipin ng gobiyerno ng halimaw ang mga taong walang tatak ng halimaw at pipilitin silang itatuwa ang Panginoon at tanggapin ang tatak sa pamamagitan ng matinding pagpapahirap. Sa bandang huli, marami sa kanila ang susuko at walang magagawa kundi tanggapin ang tatak dahil sa sukdulang sakit at takot sa pagpaparusa.

Ibibitin sila ng hukbo sa dingding nang walang damit at bubutasan ang mga katawan nila ng maliit na barena. Tatalupan ang buong katawan nila, mula ulo hanggang paa. Papahirapan ang mga anak nila sa harapan nila. Ang mga pagpapahirap ng mga hukbo na ipapataw sa kanila ay napakalupit kaya talagang mahirap para sa kanila na mamatay na mga martir.

Ito ang dahilan kung bakit iilan lang ang maliligtas at makakarating sa langit. Sila ang magtatagumpay sa lahat ng mga pahirap na may malakas na paghahangad o kagustuhan na higit pa sa limitasyon na makakaya ng lakas ng tao at mamamatay na martir. Kaya, may ilang taong maliligtas dahil sa pananatili sa pananampalataya nila. Hindi sila magtataksil sa Panginoon at isasakripisyo nila ang sariling buhay nila at magiging martir sa ilalim ng pamumuno ng anti-Cristo sa panahon ng Malaking Kapighatian. Ito ang tinatawag na "Naninimot o Namumulot ng Kaligtasan" (Gleaning Salvation).

May malalim na lihim na inihanda ang Diyos para sa mga naninimot o namumulot ng kaligtasan sa Israel, ang pinili ng Diyos. Ito ay ang Dalawang Saksi at ang lugar na tinatawag na Petra.

Ang Paglabas at ang Ministeryo ng Dalawang Saksi

Sinasabi sa Apocalipsis 11:3, *"Papahintulutan Ko ang Aking dalawang saksi na magpahayag ng propesiya sa loob ng 1,260 araw, na nakasuot ng damit-sako."* Ang Dalawang Saksing ito ay ang tunay na itinalaga ng Diyos bago pa magsimula ang panahon para sa plano Niyang kaligtasan ng pinili Niya. Magpapatotoo sila sa mga Judio sa Israel na si Jesu-Cristo ang nag-iisa at ang tanging Mesyas na naipropesiya sa Lumang Tipan.

Sinabi sa akin ng Diyos ang tungkol sa Dalawang Saksi. Ipinaliwanag Niya sa akin na hindi naman sila katandaan, sila ay matuwid, at sila ay may matapat na puso. Ipinaalam Niya sa akin kung anong uring paglalahad ang gagawin ng ng isa sa Dalawang Saksi sa harap ng Diyos. Sasabihin niyang naniwala siya sa Judaismo, pero narinig niya na maraming tao ang naniniwala kay Jesu-Cristo bilang Tagapagligtas kaya nagsasalita siya tungkol sa Kanya. Kaya, nananalangin siya sa Diyos na tulungan siyang malaman kung ano ang tama at totoo, na sinasabing,

"O, Diyos!

Ano itong kaguluhan sa puso ko?
Naniniwala akong totoo ang lahat ng bagay
na narinig ko at sinasabi ng mga magulang ko
mula noong bata pa ako,
Subalit ano itong mga kaguluhan at mga katanungan sa puso

ko?

Maraming tao ang nagpapahayag at nagsasalita tungkol sa Mesyas.

Ngunit tanging kapag may makakapagpakita sa akin
ng tama at malinaw na katibayan
kung nararapat na sila ay paniwalaan
o paniwalaan lang kung ano ang narinig ko mula noong bata pa ako,
ako ay magagalak at magpapasalamat.

Subalit wala akong makitang anumang bagay,
at masundan kung ano mang pinag-uusapan ng mga taong iyon,
Dapat kong ipalagay na ang lahat ng bagay na iningatan ko mula noong bata pa ako ay walang kabuluhan at hangal Ano ang tunay na karapat-dapat sa paningin Mo?

Diyos Ama!
Kung loloobin Mo,
Magpakita Ka sa akin ng isang tao
na magpapatibay at uunawa ng lahat ng bagay.
Iharap Mo siya sa akin para turuan ako
kung ano nga ang tiyak at kung ano ang tunay na katotohanan.

Habang nakatingala ako sa langit,

mayroong kaguluhan sa puso ko,
at sinumang makakalutas nito,
pakiusap, iharap ninyo sa akin.

Hindi maitatanggi ng puso ko ang lahat ng mga bagay na pinaniniwalaan ko
at habang pinag-iisipan ko ang lahat ng mga bagay na ito,
kung mayroong maaaring magturo at magpakita ng mga ito sa akin,
kung maipapakita niya sa akin kung ito ay totoo,
hindi mangyayaring pagtataksilan ko ang lahat ng bagay
na natutunan ko at nakita.

Samakatwid, Diyos Ama!
Mangyaring ipakita ito sa akin.

Bigyan Mo ako ng pang-unawa sa lahat ng bagay na ito.

Naguguluhan ako tungkol sa maraming bagay.
Naniniwala ako na lahat ng mga bagay na naririnig ko hanggang ngayon ay totoo.

Subalit habang paulit-ulit kong pinag-iisipan ang mga ito,
Dumarami ang katanungan ko, at hindi napapawi ang uhaw ko;
Bakit ganito?

Samakatwid, kapag makita ko lang ang lahat ng mga bagay na

ito

    at makatiyak ako sa kanila;
kung matitiyak ko na hindi ito pagtataksil
sa daan na nilalakaran ko magpahanggang ngayon;
kung makikita ko lang kung ano ang tunay na katotohanan;
kung malalaman ko lang ang lahat ng bagay
na iniisip ko,
magkakaroon ako ng kapayapaan sa puso ko."

Ang Dalawang Saksi, na mga Judio, ay taimtim na naghahanap ng dalisay na katotohanan, kaya sasagutin sila ng Diyos at magsusugo Siya ng isang lingkod Niya. Sa pamamagitan ng lalaking ito matatanto nila ang kalooban ng Diyos sa pangangalaga sa sangkatauhan kaya tatanggapin nila si Jesu-Cristo. Mananatili sila sa mundo sa loob ng pitong taong Malaking Kapighatian at magmiministeryo para sa pagsisisi at kaligtasan ng Israel. Tatanggapin nila ang espesyal na kapangyarihan mula sa Diyos at magpapatotoo tungkol kay Jesu-Cristo sa Israel.

    Magiging ganap na banal sila sa paningin ng Diyos at magmiministeryo sa loob ng apatnapu't dalawang buwan tulad ng nakasulat sa Apocalipsis 11:2. Ang dahilan kung bakit ang Dalawang Saksi ay nagmula sa Israel ay sapagkat ang simula at ang katapusan ng ebanghelyo ay ang Israel. Ang ebanghelyo ay pinalaganap sa buong mundo ni apostol Pablo, ngayon, kung ang ebanghelyo ay muling babalik sa Israel, kung saan ito nagsimula, ang ministeryo ng ebanghelyo ay buo na.

Sinabi ni Jesus sa Ang Mga Gawa 1:8, *"Ngunit tatanggap kayo ng kapangyarihan pagbaba sa inyo ng Espiritu Santo; at kayo'y magiging mga saksi ko sa Jerusalem, sa buong Judea at Samaria, at hanggang sa kaduluduluhang bahagi ng lupa."* Ang "kaduluduluhang bahagi ng lupa" dito ay tumutukoy sa Israel na siyang pinakahuling destinasyon ng Ebanghelyo.

Ipapangaral ng Dalawang Saksi ang mensahe ng krus sa mga Judio at ipapaliwanag sa kanila ang tungkol sa kaligtasan na may maalab na kapangyarihan mula sa Diyos. Gagawa sila ng mga kamangha-manghang kababalaghan at mahimalang mga tanda na magpapatunay sa mensahe. Magkakaroon sila ng kapangyarihang patigilin ang pagbuhos ng ulan sa mga araw ng kanilang pagpopropesiya; magkakaroon sila ng kapangyarihan na gawing dugo ang tubig, lagyan ng lahat ng klaseng salot ang lupa hangga't gusto nila.

Dahil dito, maraming Judio ang magbabalik-loob sa Panginoon, subalit may iba ring walang konsiyensya na susubukang patayin ang Dalawang Saksi. Hindi lang ang mga ito, kundi marami pang mga taong masasama sa ibang bansa na nasa ilalim ng pamumuno ng anti-Cristo na matindi rin ang galit sa Dalawang Saksi, susubukan din nilang patayin ang dalawa.

Ang Kamatayan at Muling Pagkabuhay ng Dalawang Saksi

Ang kapangyarihang ng Dalawang Saksi ay napakalaki

kaya walang may lakas ng loob na saktan sila. Sa bandang huli, makikisali na ang mga awtoridad ng bansa sa pagpatay sa kanila. Subalit ang pagpatay sa Dalawang Saksi ay hindi dahil sa mga awtoridad ng mga bansa, kundi dahil kalooban ito ng Diyos para sa kanila upang maging martir sila sa itinakdang oras. Ang lugar kung saan sila ay papatayin ay walang iba kundi ang pinagpakuan kay Jesus. Ito ay nagpapahiwatig ng muling pagkabuhay nila.

Noong ipinako si Jesus sa krus, binantayan ng mga sundalong Romano ang libingan Niya upang walang sinumang kumuha ng katawan Niya. Subalit hindi na nakita ang katawan Niya dahil Siya ay muling nabuhay. Mababahala ang mga taong papatay sa Dalawang Saksi dahil maaalala nila ang pangyayaring ito na baka may kumuha sa katawan nila. Kaya, hindi nila papayagan na mailibing ang katawan nila sa isang libingan kundi ilalatag na lang ang mga bangkay nila sa kalye para makita ng lahat ng tao sa buong mundo. Sa ganitong tanawin, magbubunyi ang mga tumatanggi sa ebanghelyong ipinangaral ng Dalawang Saksi.

Magagalak ang buong mundo at ikakalat ng mga mamamahayag ang balita ng kanilang kamatayan sa pamamagitan ng mga satellite sa loob ng tatlo at kalahating araw. Pagkatapos nito, mangyayari na ang muling pagkabuhay ng Dalawang Saksi. Bubuhayin silang muli, ibabangon, at iaakyat patungo sa langit, sa ulap ng kaluwalhatian tulad ni Elias na itinaas patungo sa langit ng isang ipuipo. Ang kamangha-manghang tagpong ito ay isasahimpapawid sa buong mundo, mapapanuod ng hindi mabilang na mga tao.

At sa oras na iyon, magkakaroon ng isang malakas na lindol, babagsak ang isang malaking bahagi ng lungsod at pitong libong tao ang mamamatay. Detalyadong inilalarawan ito sa Apocalipsis 11:3-13

Papahintulutan Ko ang Aking dalawang saksi na magpahayag ng propesiya sa loob ng 1,260 araw na nakasuot ng damit-sako. Ang mga ito'y ang dalawang punong olibo at ang dalawang ilawan na nakatayo sa harapan ng Panginoon ng lupa. At kung naisin ng sinuman na sila'y pinsalain, apoy ang lumalabas sa kanilang bibig at nilalamon ang kanilang mga kaaway; at kung naisin ng sinuman na sila'y pinsalain, siya'y kailangang patayin sa ganitong paraan. Ang mga ito'y may kapangyarihang magsara ng langit, upang huwag umulan sa loob ng mga araw ng kanilang pagpapahayag ng propesiya at may kapangyarihan sila sa mga tubig na gawing dugo, at pahirapan ang lupa ng bawat salot sa tuwing kanilang naisin. At kapag natapos na nila ang kanilang patotoo, ang hayop na umahon mula sa di-matarok na kalaliman ay makikipagdigma sa kanila, lulupigin sila, at papatayin. At ang kanilang mga bangkay ay hahandusay sa lansangan ng malaking lungsod, na sa espirituwal na pananalita ay tinatawag na Sodoma at Ehipto, na kung saan ipinako sa krus ang kanilang Panginoon. Pagmamasdan ng mga tao mula sa mga bayan at mga angkan at mga wika at mga bansa ang kanilang mga bangkay sa loob ng tatlong araw at kalahati, at hindi ipahihintulot na ang kanilang mga bangkay ay mailibing. At ang mga naninirahan sa ibabaw ng lupa ay magagalak tungkol sa kanila, at magkakatuwa, at sila'y magpapalitan ng mga handog, sapagkat ang dalawang propetang ito ay nagpahirap sa mga naninirahan sa ibabaw ng lupa. Ngunit pagkatapos ng tatlong araw at kalahati, ang hininga ng buhay na mula sa Diyos ay pumasok sa kanila. Sila'y tumindig at dinatnan ng malaking takot ang mga nakakita sa kanila. At narinig nila ang isang malakas na tinig mula sa langit na nagsasabi sa kanila, "Umakyat kayo rito!" At sila'y umakyat sa langit sa isang ulap at nakita sila ng kanilang mga kaaway. At nang oras na iyon ay nagkaroon ng isang malakas na lindol, at nagiba ang ikasampung bahagi ng lungsod; may namatay sa lindol na pitong libong katao at ang mga iba ay natakot, at nagbigay ng luwalhati sa Diyos ng langit (Apocalipsis 11:3-13).

Kahit gaano pa katigas ang ulo nila, kung mayroon namang kaunting kabutihan sa mga puso nila, matatanto nila na ang malakas na lindol, ang muling pagkabuhay at pag-akyat sa langit ng Dalawang Saksi ay mga gawa ng Diyos, at luluwalhatiin nila Siya. Mapipilitan silang tanggapin ang katotohanang si Jesus ay nabuhay muli sa pamamagitan ng kapangyarihan ng

Diyos may 2,000 taon na ang nakakaraan. Sa kabila ng lahat ng mga pangyayaring ito, may ilang masasamang tao ang hindi luluwalhati sa Diyos.

Nakikiusap ako sa inyong lahat na tanggapin ang pag-ibig ng Diyos. Hanggang sa huling sandali nais ng Diyos na iligtas kayo at hangad Niya na makinig kayo sa Dalawang Saksi. Patutunayan ng Dalawang Saksi na may dakilang kapangyarihan na sila ay nagmula sa Diyos. Gigisingin nila ang maraming tao tungkol sa pag-ibig at kalooban ng Diyos para sa kanila. At gagabayan nila kayo na hawakan ng mahigpit ang huling pagkakataon para maligtas.

Masigasig kong hinihiling sa inyo na huwag kayong makikipagkasundo sa mga kaaway na pag-aari ng diyablo na magdadala sa inyo sa landas ng pagkawasak, sa halip, makinig kayo sa Dalawang Saksi para maligtas kayo.

Petra, Kublihan ng mga Judio

Ang isa pang lihim na itinalaga ng Diyos para sa Israel na Kanyang pinili, ay ang Petra, isang kublihan sa panahon ng pitong taong Malaking Kapighatian. Ipinapaliwanag sa Isaias 16:1-4 ang tungkol sa lugar na tinatawag na Petra.

Nagpadala sila ng mga kordero sa pinuno ng lupain, mula sa Sela, sa daan ng ilang, hanggang sa bundok ng anak na babae ng Zion. Sapagkat gaya ng kalat na pugad, ng mga nagsisigalang ibon, gayon ang mga anak na babae ng Moab sa mga tawiran ng Arnon. "*Magpayo ka, magbigay ka ng katarungan, gawin mo ang iyong lihim na gaya ng gabi sa gitna ng katanghaliang-tapat; ikubli mo ang mga itinapon, huwag mong ipagkanulo ang takas. Patirahin mong kasama mo ang itinapon mula sa Moab, maging kanlungan ka niya mula sa mangwawasak. Kapag wala nang mang-aapi, at huminto na ang pagkawasak, ay ang yumayapak sa ilalim ng paa ay wala na sa lupain.*

Ang palatandaan ng lupain ng Moab ay ang lupain ng Jordan sa silangang bahagi ng Israel. Ang Petra ay isang lugar sa timog-kanluran ng Jordan, nasa pababang bahagi ng Bundok Hor, nasa gitna ng mga bundok na bumubuo ng silangang gilid ng Arabah (Wadi Araba), ang malaking lambak na nagmumula sa Dead Sea hanggang sa Gulpo ng Aqaba. Ang Petra ay karaniwang kinilalang Selah na ang ibig sabihin ay malaking bato. Tingnan sa Biblia sa 2 Mga Hari 14:7 at Isaias 16:1.

Pagkatapos ng pagdating muli ng Panginoon sa papawirin, tatanggapin Niya ang mga ligtas at magkakaroon ng kasiyahan sa pitong taong Piging ng Kasalan, at pagkatapos, bababa Siya sa lupa kasama ang mga ito at pamumunuan ang buong mundo sa panahon ng Milenyo. Sa pitong taong ito, mula sa Ikalawang Pagdating ng Panginoon sa papawirin para sa Pag-agaw hanggang sa pagbaba Niya dito sa lupa, babalot sa lupa ang Malaking Kapighatian, at sa loob ng tatlo't kalahating taon sa ikalawang bahagi ng Malaking Kapighatian – sa loob ng 1,260 araw, magkukubli ang bayan ng Israel sa lugar na inihanda ayon sa plano ng Diyos. Ang kublihang ito ay ang Petra (Apocalipsis 12:6-14).

Bakit kakailanganin ng mga Judio ang kublihan?

Pagkatapos piliin ng Diyos ang Israel, sinalakay at inusig ito ng napakaraming lahi ng mga Hentil. Ang dahilan ay palaging sinusubukan ng diyablo na laging sumasalungat sa Diyos na hadlangan ang Israel sa pagtanggap ng biyaya mula sa Diyos. Ganito din ang mangyayari sa pagwawakas ng mundo.

Kapag matanto ng mga Judio sa pamamagitan ng pitong taong Malaking Kapighatian na si Jesus ang Mesyas at Tagapagligtas nila, na bumaba dito sa lupa may 2,000 taon na ang nakakaraan, at magsisisi, uusigin sila ng diyablo hanggang sa wakas upang pigilan ang mga Judio sa pananatili sa pananampalataya nila.

Ang Diyos, na nakababatid ng lahat ng bagay, ay naghanda ng kublihan para sa Israel, ang mga pinili Niya at ipinapakita Niya ang pag-ibig Niya para sa kanila at hindi ipagdadamot ang pagsasaalang-alang sa kanila. Ayon sa pag-ibig at plano ng Diyos na ito, ang Israel ay papasok sa Petra upang takasan ang mga mangwawasak.

Tulad ng sinabi ni Jesus sa Mateo 24:16, *"Ang mga nasa Judea ay tumakas na patungo sa mga bundok,"* ang mga Judio ay makakatakas mula sa pitong taong Malaking Kapighatian sa kublihan sa kabundukan, pananatilihin nila pananampalataya nila hanggang maabot nila ang kaligtasan nila doon.

Nang puksain ang lahat ng mga panganay na anak sa Ehipto, palihim na nakipag-ugnayan sa isa't isa ang mga Hebreo at natakasan ang salot sa pamamagitan ng paglpahid ng dugo ng tupa sa dalawang haligi ng mga pinto at sa itaas ng pintuan ng bahay nila.

Sa ganito ring paraan, mabilis na makikipag-ugnayan ang mga Judio sa isa't-isa kung saan tutungo at magtatago sa kublihan bago pa sila dakpin ng gobiyerno ng anti-Cristo. Batid na nila ang tungkol sa Petra dahil maraming mangangaral ng ebanghelyo ang patuloy na nagpatotoo tungkol dito, at kahit sa mga taong hindi naniwala, magbabago sila ng isip, hahanapin din ang kublihan.

Hindi magkakasya sa kublihang ito ang napakaraming tao. Sa katunayan, ang mga taong nagsisi sa pamamagitan ng Dalawang Saksi ay mabibigong magtago sa Petra. Pananatilihin nila ang pananampalataya nila sa panahon ng Malaking Kapighatian at pagkatapos, mamamatay sila bilang mga martir.

Ang Pag-ibig ng Diyos sa Pamamagitan ng Dalawang Saksi at ng Petra

Mahal kong mga kapatid, nawalan na ba kayo ng pagkakataon na maligtas sa pamamagitan ng Pag-agaw? Huwag kayong mag-atubiling pumunta sa Petra, ang huling pagkakataon ninyo para maligtas na ibinigay sa pamamagitan ng pagpapala ng Diyos. Hindi magtatagal, darating na ang mga kakila-kilabot na kalamidad sa pamamagitan ng anti-Cristo. Dapat na kayong magtago sa Petra bago pa sumara ang pintuan ng huling pagpapala dahil sa panggugulo ng anti-Cristo. Hindi ba kayo nagkaroon ng pagkakataong makapasok sa Petra? Ang tanging paraan na lang para maligtas kayo at makapasok sa langit ay huwag ninyong itatuwa ang Panginoon at huwag tanggapin ang tatak ng halimaw na "666." Dapat ninyong mapagtagumpayan ang lahat ng uri ng kakila-kilabot na pagpapahirap at mamatay bilang martir. Hindi ito madaling gawin, pero dapat ninyong gawin ito para makatakas sa walang hanggang paghihirap sa dagat-dagatang apoy.

Masigasig kong hinihiling sa inyo na huwag ninyong talikuran ang daan patungo sa kaligtasan sa pamamagitan ng pagsaalaala ng hindi nagmamaliw na pag-ibig ng Diyos sa lahat ng oras at matapang na mapagtagumpayan ang lahat ng bagay. Habang kayo ay nakikipagbuno at nakikipaglaban sa lahat ng mga tukso at pag-uusig ng anti-Cristo na ipinapasan sa inyo, ipapanalangin naming mga kapatid ninyo sa pananampalataya ang inyong tagumpay.

Ngunit ang tunay na hangrin namin ay tanggapin ninyo si Jesu-Cristo bago pa mangyari ang lahat ng mga bagay na ito, at maitaas kasabay namin patungo sa langit, kasama sa Piging ng Kasalan sa pagbabalik ng ating Panginoon. Walang hinto ang pananalangin namin nang may luha ng pag-ibig na maaalala ng Diyos ang pananampalataya ng inyong mga dakilang ama at ang mga pangako Niya sa kanila at ibigay muli sa inyo ang dakilang pagpapala ng kaligtasan.

Dahil sa dakilang pag-ibig Niya, inihanda ng Diyos ang Dalawang Saksi at ang Petra upang tanggapin si Jesu-Cristo bilang Mesyas at Tagapagligtas para maligtas kayo. Hanggang sa huling sandali ng kasaysayan ng sangkatauhan nakikiusap ako sa inyong alalahanin ang hindi nagmamaliw na pag-ibig ng Diyos na hindi kayo kailanman isusuko.

Bago ipadala sa inyo ang Dalawang Saksi bilang paghahanda sa Malaking Kapighatian, nagsugo ang Diyos ng pag-ibig ng isang lingkod ng Diyos para ipaalam sa inyo ang mangyayari sa katapusan ng mundo at dalhin kayo sa daan patungong kaligtasan. Ayaw ng Diyos na may kahit isa sa inyong maiwan sa gitna ng pitong taong Malaking Kapighatian. Kahit manatili kayo sa lupa pagkatapos ng Pag-agaw, nais Niyang panghawakan at kapitan ninyo ang huling bigkis ng kaligtasan. Iyan ang dakilang pag-ibig ng Diyos.

Hindi na magtatagal magsisimula na ang pitong taong Malaking Kapighatian. Sa napakalawak at walang katulad na pagdurusa sa buong kasaysayan ng sangkatauhan, tutuparin ng Diyos ang plano Niya para sa inyo, Israel. Matatapos ang kasaysayan ng pangangalaga sa sangkatauhan kasabay ng pagtatapos ng kasaysayan ng Israel.

Ipagpalagay natin na naunawaan agad ng mga Judio ang tunay na kalooban ng Diyos at tinanggap si Jesus bilang sarili nilang Tagapagligtas. Babaguhin ng Diyos ang kasaysayan ng Israel na nakatala sa Biblia, isasaayos at isusulat muli, maluwag sa kalooban ng Diyos na gawin ito. Ito ay dahil ang pag-ibig ng Diyos para sa Israel ay higit pa sa kaya nating isipin.

Subalit maraming mga Judio ang tumahak, tumatahak at tatahak sa sarili nilang mga landas hanggang sa mga kritikal na sandali. Nagtalaga ang Diyos na Makapangyarihan, na nakakabatid ng lahat ng bagay na mangyayari sa hinaharap, ng huling pagkakataon para sa inyong kaligtasan at gagabayan kayo ng pag-ibig Niyang hindi magmamaliw.

Narito, susuguin Ko sa inyo si Elias na propeta bago dumating ang dakila at kakilakilabot na araw ng PANGINOON. Kanyang ibabaling ang puso ng mga magulang sa kanilang mga anak, at ang puso ng mga anak sa kanilang mga magulang; upang hindi ako dumating at saktan ang lupain ng isang sumpa (Malakias 4:5-6).

Nagpapasalamat at niluluwalhati ko ang Diyos na gumagabay sa landas ng kaligtasan, hindi lang sa Israel na pinili Niya, kundi pati sa lahat ng mga mamamayan ng mga bansa sa Kanyang walang hanggang pag-ibig.

Ang May-Akda:
Dr. Jaerock Lee

    Si Dr. Jaerock Lee ay ipinanganak sa Muan, Jeonnam Province, Republika ng Korea, noong 1943. Sa kanyang taong mga dalawampu, si Dr. Lee ay nagdusa mula sa iba't ibang sakit na walang kalunasan sa loob ng pitong taon at naghihintay ng kamatayan na walang pag-asang gagaling pa. Isang araw noong pabahon ng tag-sibol 1974, manapa, siya ay sinamahan sa isang simbahan ng kanyang kapatid na babae at nang siya ay lumuhod na upang manalangin, ang Buhay na Diyos ay kagyat na pinagaling siya sa lahat ng kanyang mga sakit.

    Mula ng sandaling makatagpo ni Dr. Lee ang buhay na Diyos sa pamamagitan ng napaka-gandang karanasan, minahal niya ang Diyos ng buong puso at sinseridad, at noong 1978 siya ay tinawag na maging lingkod ng Diyos. Siya ay mataimtim na nanalangin ng sa gayon kanyang maliwanag na maunawaan ang kalooban ng Diyos, buong-buo na itinaguyod ito at sinunod ang lahat ang mga Salita ng Diyos. Noong 1982, pinasimulan niya ang Manmin Central Church sa Seoul, Korea, at ang napakaraming mga gawa ng Diyos, kasama na ang mga mahimalang pagpapa-galing at mga himala, ay nangyari sa kanyang simbahan.

Noong 1986, si Dr. Lee ay na-ordinahan bilang pastor sa taunang pagtitipon ng Assembly of Jesus' Sungkyul Church sa Korea, at apat na taon ang lumipas noong 1990, ang kanyang mga mensahe ay nagsimulang maisahimpapawid sa Australia, Russia, sa Pilipinas, at sa marami pa sa pamamagitan ng Far East Broadcasting Company, ang Asia Broadcast Station, at sa Washington Christian Radio System.

Tatlong taon pa ang lumipas noong 1993, ang Manmin Central Church ay piniling isa sa mga 50 Nangungunang Simbahan sa Mundo, mula sa *Christian World* magazine (US) at tinanggap niya ang Parangal bilang Doctor of Divinity mula sa Christian Faith College, Florida, USA at noong 1996 isang Ph.D. sa Ministeryo mula sa Kingsway Theological Seminary, Iowa, USA.

Mula 1993, si Dr. Lee ang siyang nanguna sa pandaigdigang pagmimisyon sa pamamagitan ng mga krusada sa ibayong dagat sa; Tanzania, Argentina, L.A., Baltimore City, Hawaii, at New York ng Estados Unidos, Uganda, Japan, Pakistan, Kenya, ang Pilipinas, Honduras, India, Russia, Germany, Peru, Democratic Republic of Congo, at Israel. Noong 2002 siya ay tinawag na "pandaigdigang pastor" ng mga pangunahing Pahayagang Krisitiyano sa Korea para sa kanyang mga gawa sa iba't ibang bansa Malakihang Nagkakaisang Krusada.

Nitong Hulyo 2014, ang Manmin Central Church ay may bilang ng kaanib na 120,000 miyembro. Mayroong mga 10,000 sangay sa sariling Bansa at sa ibayong Dagat sa iba't ibang panig ng mundo, at sa kasalukuyan mayroong mahigit 129 misyonero ay naipadala na sa 23 mga bansa, kabilang na ang Estados Unidos, Russia, Germany, Canada, Japan, China, France, India, Kenya at sa marami pa.

Sa petsa ng paglalathala ng Taga-paglimbag nito, si Dr. Lee ay nakasulat na ng 87 na mga aklat, kabilang na ang pinakamabiling aklat ang Malasahan ang *Walang Hanggang Buhay bago ang Kamatayan, Buhay Ko, Pananalig Ko I & II, Ang Mensahe ng Krus, Ang Sukat ng Pananampalataya, Langit I & II, Impiyerno* at *Ang Kapangyarihan ng Diyos*. Ang kanyang mga aklat ay isinalin na sa mahigit na 76 na wika.

Ang kanyang Kristiyanong lathala ay nakikita sa Ang *Hankook Iibo*, Ang *JoongAng Daily*, Ang *Dong-A Iibo*, Ang *Chosun Ilbo*, Ang *Munhwa Ilbo*, Ang *Seoul Shinmun*, Ang *Kyunghyang Shinmun*, Ang *Korean Economic Daily*, Ang *Korea Herald*, Ang *Shisa News*, at Ang *Christian Press*.

Si Dr. Lee ang kasalukuyang pinuno ng maraming samahang pangmisyonero at mga asosasyon; kasama na ang pagiging Chairman, The United Holiness Church of Jesus Christ, Presidente, Manmin World Mission; Chairman, Global Christian Network (GCN); Tagapag-tatag at Punong kinatawan, World Christian Doctors Network (WCDN); at Tagapag-tatag & punong kinatawan, Manmin International Seminary (MIS).

ba pang makapangyarihang mga aklat ni Dr. Lee:

Langit I & II

Detalyadong paglalarawan ng napakaringal na tahanan na matatamasa ng mga tao sa langit at ang napakagandang mga antas ng kaharian ng langit.

Ang Mensahe ng Krus

Makapangyarihang mensahe para sa lahat ng taong espirituwal na natutulog! Sa aklat na ito makikita ang dahilan kung bakit si Jesus ang tanging Tagapagligtas at ang tunay na pag-ibig ng Diyos.

Impierno

Isang madamdaming mensahe sa lahat ng nilalang mula sa Diyos, na may kahilingang wala sanang mapahamak na kaluluwa patungo sa kalaliman ng Impierno! Iyong madidiskubre ang hindi pa naihahayag na nakaraan na talaan ng nakapangingilabaot na katotohanan ng Mababang Libingan at Impierno.

Ang Sukat ng Pananampalataya

Anong uri ng tahanan, korona at mga gantimpala ang nakalaan sa iyo sa langit? Ang aklat na ito ay nagbibigay ng karunungan at gabay sa iyo para sukatin ang iyong pananalig at pagyamanin ang pinakamabuti at pinakaganap na pananalig.

Buhay Ko, Pananalig Ko I & II

Napakabangong espirituwal na samyo na kinatas sa buhay na umusbong sa walang kaparis na pagmamahal para sa Diyos, sa gitna ng madidilim na alon, malamig na pamatok at ang pinakamalalim na desperasyon.

Ang Kapangyarihan ng Diyos

Ang higit na binabasa na nagsisilbing gabay na kung saan ang isa ay makapang-hahawak ng tunay na pananampalataya at maranasan ang kahanga-hangang kapangyarihan ng Diyos.

www.urimbooks.com

www.ingramcontent.com/pod-product-compliance
Lightning Source LLC
LaVergne TN
LVHW041927070526
838199LV00051BA/2735